LÒNG BIỂN

lòng biển - ngô sỹ hân
Bìa: Uyên Nguyên Trần Triết
Dàn trang: Đỗ Huỳnh Đăng Ngọc
Nhà xuất bản Nhân Ảnh
ISBN: 979-8-8689-7449-6

ngô sỹ hân

LÒNG BIỂN

Nhân Ảnh
2023

Ngô Sỹ Hân by Trà Nguyễn

Tranh "Lòng Biển" by Ngô Hạ Miên

đôi dòng tâm sự

Tập truyện đầu tay *Một Góc Quê Nhà* được xuất bản năm 2003, rồi kế đó *Tiếng Quê Hương* cùng năm, và năm năm sau là *Lá Mùa Thu*. Theo đà phát triển, Tập truyện nầy đã layout xong đâu đó rồi hồi 2009 chuẩn bị cho đi in. Nhưng nó được hay bị hoãn lại vì một người bạn văn muốn chơi chung mỗi người một nửa nên tôi rút lại một số bài để thế tác phẩm của anh bạn nhà văn vô.

Rồi vì lý do riêng anh bạn nhà văn đổi ý. Trong thời gian nầy tôi cố thuyết phục người bạn văn từng ở tù chung và cũng là niên trưởng tôi trong ngành nghề nhưng cuối cùng không đạt kết quả. Từ bấy tới nay tôi cứ ngập ngừng giữa hai lựa chọn là nên in ra giấy hay chỉ hoàn thành rồi đưa lên mạng ảo.

Trong phiên bản nầy tôi thêm vài truyện mới thay thế một số bài ký và bài nhận định cũ cũng như các bài ca cổ để cho nó thuần túy là tập truyện ngắn. Các bài kia để dành cho tác phẩm cuối cùng là *Đoạn Cuối Cuộc Đời* trong tương lai.

Ở tuổi nầy thời gian không tính từng năm từng tháng mà đếm từng ngày nhưng tôi phải rán cho ra đời hai quyển nữa thôi rồi khóa sổ. Đó là tập truyện ngắn như đã nói ở trên và quyển hồi ký *Đại Úy Nhà Quê* tâm sự về một sĩ quan miền Nam quá ngây thơ về cộng sản.

Các cuốn sách dịch như:

- *Clinton Cash – Tiền Bạc Của Gia Đình Clinton*

Peter Schweizer

- *Live Free or Die – Tự Do Hay Là Chết*

Sean Hannity

- *The Enemy Within – Kẻ Nội Thù*

David Horowitz

- *Mao, Chuyện Chưa Ai Biết*

Trương Nhung

...và nhiều nữa... tôi không muốn in mà chỉ đưa lên mạng internet.

Ngoài ra, lúc đầu có ý định đặt tên con là *Vũng Tối* tiêu biểu phần nào tuổi thơ của tác giả nhưng các bạn văn cho là như vậy... u tối quá nên tôi đồng ý đổi lại là *Lòng Biển* cho nó có vẻ... lòng biển bao la hơn!

Lời cuối xin mạo muội chúc quý vị, các văn nghệ sĩ thân hữu, *Chúng ta - nhứt là những người có chút ít chữ nghĩa - hãy rán sống cho ra con người tỵ nạn cộng sản!*

Trân trọng.

Tác giả

Michigan Mùa Thu 2022

Giới thiệu
Chữ Nghĩa Hiện Hình

Năm 1965, Ngô Sỹ Hân gia nhập Khóa 21 Trường Bộ Binh Thủ Đức. Được tuyển chọn qua Không Quân và đầu năm 1966, ông theo học Khóa 1/66 Quan Sát tại Trung Tâm Huấn Luyện Không Quân Nha Trang và tốt nghiệp ngày 22 tháng 7 cùng năm. Ông cũng tốt nghiệp Khóa ALO (Air Liaison Officer) tại Trung Tâm Hành Quân Không Trợ 3 và làm ALO cho Sư Đoàn 5 Bộ Binh sau Mậu Thân 1968.

Ngô Sỹ Hân từng phục vụ Phi Đoàn 112 Thanh Xà (Biên Hòa) và Phi Đoàn 118 Bắc Đẩu (Pleiku) cho đến ngày cộng nghiệp ập xuống cả miền Nam, ông và phần lớn đồng đội bị đưa vào lao tù khổ sai của Việt cộng đến 7 năm. Trong tù, vì liên *can vụ trốn trại nên bị nhốt connex (thùng sắt kín mít).*

Ra tù năm 1982, Ngô Sỹ Hân tìm mọi cách vượt thoát chế độ hung hiểm bạo tàn. Nhiều lần không lọt, ông bèn cho hai con trai đi trước làm đầu cầu, ông bà khai đi theo diện con lai cho ăn chắc.

Cuối cùng, gia đình Ngô Sỹ Hân được định cư tại

thành phố Troy, Tiểu bang Michigan từ năm 1992 cho đến ngày nay.

Lúc đầu làm thợ sơn, sau làm thợ may.

Được một thời gian nghỉ may, lấy tiền 401k gần tám ngàn đi làm báo. Hết tiền, nghỉ làm báo. Nhưng bù lại, nghề dạy nghề, học được chút kinh nghiệm, bèn... viết lách luôn. Âu đó cũng là nghiệp!

Nghiệp nầy không khá được, nói chi giàu. Có thể bà Can hỏi hơi khó:

"Chữ nghĩa bao nhiêu mà cứ viết hoài?"

Ông cười nói một mình:

"Chữ nghĩa không đầy lá mít!"

Nhưng bà đâu có lãng tai:

"Không đầy lá mít mà làm như hay chữ.

Người ta cử nhơn tiến sĩ cũng không có vậy. Cử nhơn tiến sĩ cũng phải phụ vợ rửa chén khi vợ nấu cơm!"

(Hai Phía Mặt Trời)

Đó là văn phong bình dị của một cựu chiến sĩ Quốc Gia mà tuổi thơ đã trải qua tại miền quê Cần Giuộc và lớn lên ở Cần Đước, Long An, một thời xôi đậu. Từng chứng kiến cảnh một cổ hai tròng của người dân thuở đó và một cổ vạn tròng sau 30/04/1975, cũng như trong trại tù khổ sai, Ngô Sỹ Hân muốn thông qua ngòi bút của mình lên án chế độ cộng sản vô nhân và vinh danh lý tưởng Tự Do Nhân Bản của Việt Nam Cộng Hòa.

Ông tham gia Văn Bút Việt Nam Hải Ngoại, chủ bút Đặc san Tiếng Nói Người Việt Michigan (1996-1998), chủ trương *Tạp chí Quê Hương Hải Ngoại* (Michigan - Hoa Kỳ) từ cuối năm 1998 đến nay.

Dù ông bảo làm thơ viết văn bằng tay trái nhưng cũng đã xuất bản ba tập truyện ngắn, và một tập thơ in chung với Hà Linh Bảo. Đồng thời ông cũng dịch nhiều tác phẩm ưng ý như *Clinton Cash* của Peter Schweizer, *Live Free or Die* của Sean Hannity, *The Enemy Within* của David Horowitz....

Tôi vinh dự đọc 10 truyện ngắn của *Lòng Biển;* qua đó, tác giả đề cập đến các góc cạnh của cuộc sống người tị nạn. Từ chuyện vợ chồng già nơi đất khách, gia đình bất hạnh có con hư hỏng đến cuộc tình thơ mộng thuở Pleiku, *"hào hoa dưới đất hào hùng trên không"* bỗng hiện về.

Chung quy vẫn là tình quê tình nước và tình nhà. Tình nhà thì nhẹ nhàng thắm thiết giữa ông và cháu qua **Lòng Biển**: *"Ông hun nó, hun hoài mà vẫn không thấy đã! Bàn tay nó xòe ra vỗ vỗ nhè nhẹ rồi mân mê mặt ông. Ông ôm nó, nằm im sợ tan đi cái cảm giác hạnh phúc tuyệt vời!"*

Và tình mẹ sâu kín thuở ấu thời ẩn hiện trong **Vũng Tối:** *"Lúc nó mới thôi bú, mẹ nó vẫn cho ngủ chung và biệt đãi cho măn vú. Nó nhớ mùi mồ hôi quen thuộc của mẹ, nhớ mùi khói nấu ăn bằng rơm rạ khô còn bám trên người mẹ, nhớ mùi khai nước đái dầm còn đọng lại trên đệm chưa khô."*

Soi Gương Thấy Hình

Qua chữ nghĩa trong tập truyện, bóng dáng KQ Ngô Sỹ Hân hiện rõ trong tâm tưởng tôi, là một nhơn viên phi hành gương mẫu, luôn thi hành hiệu quả mọi phi vụ giao phó; là người bạn hiền lành trung tín, trước kia và cả ngày nay. Ngô Sỹ Hân là một Không Quân chung tình, với người thân, đồng bào, và đồng đội. Ông tham dự hầu hết các lần Hội Ngộ của Phi Đoàn Bắc Đẩu 118 Pleiku tại Nam Cali, từ 1995 cho đến 2021 vừa qua.

Quý chiến hữu, quý độc giả, nếu quý trọng tính chung thủy đó, sẽ thấy bóng dáng của mình thoảng hiện đâu đó trong *Lòng Biển* của tác giả Ngô Sỹ Hân.

Mong thay!

Little Saigon, 08/2022

Bắc Đẩu Võ Ý

Vũng tối do Đồng Sĩ Phú Vang vẽ

Tranh vẽ by Nguyễn Thành Trung

vũng tối

** Kính dâng vong linh Song Thân*
và thân tặng những người thân

1

Không giống như những cơn mưa rào mùa hạ, tháng nầy trời hay mưa dầm, nhưng chẳng thấm vào đâu như mưa cho có. Vì chưa có một hình bóng giai nhơn nào trong tim, thằng Tám chưa cảm nhận được tháng Bảy mưa Ngâu cho chim Ô thước chắp cánh nối liền dải Ngân Hà bắc cầu cho hai vợ chồng Ngưu Lang và Chức Nữ gặp nhau mỗi năm một lần. Mười sáu tuổi lớn xác mà nó còn khờ như mới mười ba. Nhưng hồi hôm ngủ không được, nghe tiếng mưa rơi lào xào trên mái tôn nhà trọ, cứ trằn trọc hoài, bỗng dưng nó nhớ mẹ da diết.

Mẹ nó ho lai rai khá lâu - y như bịnh tình của chị Năm nó hồi năm ngoái; uống thuốc tiêu thuốc tán cầm chừng chẳng ăn thua gì tới khi trở nặng từ nửa năm nay. Lúc đầu bà Chín bị thổ huyết tươi từng búng, ai cũng đoán bà bị lủng bao tử nên ở nhà đâm cỏ mực cho bà uống. Sau, ngày càng tệ mới chở lên nhà thương Chợ Rẫy, nhưng chừng một tuần sau bà khăn gói trở về nhà. Người lớn không nói cho nó biết là liệu trình chữa trị lâu dài và rất tốn kém lại thiếu người chăm sóc.

Hơn nữa, bác sĩ bảo bịnh của bà không được làm gì nặng mà phải nghỉ ngơi hoàn toàn. Nhưng nếu như vậy thì ông Chín kể như cụt tay. Chuyện ruộng nương, vườn tược, nhà cửa bề bộn một mình ông xoay không nổi. Có bà ở nhà dù không làm gì cũng đỡ hơn tốn thêm ít nhứt một người thăm nuôi. Rồi, ai đó xem tướng cho rằng bà bị bịnh tà nên mách đưa lên ông thầy Hai Cánh ở Phước Vân trị. Số bà còn hên hơn đứa con gái lớn - chị Năm của thằng Tám, vì đa số con bịnh nào vào tay ông thì chưa đầy ba tháng đều đi theo ông bà hết!

Dù cánh phải bị xi-cà-que bởi hồi nhỏ chơi đánh trống chạy té lọi tay, ông là thầy ngải số một trong vùng. Đó cũng là nhờ ông tức những ông thầy ngải rởm chữa chẳng lành cánh tay ông. Nhưng may là không bên nào bắt lính để ông ở nhà cứu nhơn độ thế gần suốt cuộc đời. Cũng nhờ cứu nhơn độ thế ông mới cưới được cô vợ tuy nghèo nhưng đẹp đẽ và cất nhà ngói ba gian. Cái nghề nhàn hạ lại được trọng vọng vậy mà cuối cùng chỉ truyền lại cho đứa con trai kế, vì thằng lớn quá khờ học hoài không thuộc nổi một câu thần chú.

Xung quanh nhà, ông trồng đủ thứ ngải: ngải Ta, ngải Tàu, ngải Thái, ngải Miên.... Người ta nói thường ngày vào lúc nửa đêm ông cho ngải ăn trứng gà; ngày quan trọng gì đó hoặc loại ngải nhứt thì cho chúng ăn gà ri - loại gà thịt xanh lè mà lông trắng toát - còn sống rõ ràng. Chính họ rình thấy ông bỏ con gà vô, buội ngải chuyển mình nghe tiếng gió rít ào ào và tiếng gà kêu oang oác, một lát sau chỉ còn bộ lông văng tung tóe. Ngải của ông linh lắm nên không ai dám héo lánh tới để nhìn cho tận mắt xem lá ngải tròn méo thế nào!

Cho nên, từ miệt trên như Long Cang, Long Định, Bến Lức, Gò Đen, Bình Chánh..., ngay cả mãi trên Sài Gòn - Chợ Lớn, cho đến vùng dưới như Mỹ Lệ, Cần Đước, Tân Chánh, Phước Đông, bịnh tà ma đều tới ông chữa. Đời nay nhiều dân nghèo miền quê bị ma quỉ bắt đến đỗi ông cất thêm mấy dãy lều tôn cạnh bờ hào phía tây và phía bắc cho bịnh nhơn tạm trú trong thời gian chữa trị. Ngoài tiền trọ, vợ ông được thêm nguồn huê lợi bán những món hàng linh tinh cần thiết.

Nhưng thầy Hai Cánh không chữa được bịnh của bà Chín mặc dù mỗi ngày bà uống bốn lần bùa - chữ thần linh vẽ ngoằn ngoèo lên giấy vàng rồi đốt, xong quậy trong ly nước; và nhận phép thổi lửa trừ tà ba lần. Cầm ba cây nhang đại đang cháy đưa trước mặt thân chủ, sau khi đọc thần chú, ông hớp một ngụm dầu hôi thổi trục tà. Ngọn lửa phà mạnh vào mặt khiến bà sợ nhứt vì nóng quá và có lần bà bị phỏng nặng, nhưng ông thầy giải thích phải như vậy thì tà ma nó mới sợ!

Ngoài ra, mỗi khuya gần sáng đúng giờ dần, bởi

bà tuổi dần, ông thầy còn làm phép ngải. Vì ông là thầy chuyên môn tài ba và linh thiêng số một nên dùng một cái khay bằng sứ mà ông kể với bịnh nhơn là từ thời Khang Hy hay Càn Long gì đó bên Tàu, bên trong đựng ngải bầm ngâm giấm xấp xấp. Bên cạnh, đặt một lò than với một lưỡi cày nướng đỏ nằm trên. Bàn chơn ông nhúng sâu vào chậu sứ rồi đặt lên lưỡi cày nghe xèo xèo một âm thanh ma quái, liền áp và nhấn lên bụng và ngực bà mỗi nơi đúng ba cái.

Tới khi bà Chín thở không ra hơi nữa thì thầy Hai Cánh chán nản bảo ông Chín, "Thôi chú đem thím về đi."

"Thầy rán giùm. Có tốn hao bao nhiêu tôi cũng phải chạy cho vợ tôi mà!" Ông Chín hết hồn năn nỉ.

"Số thím đã tận. Không cãi trời được!" Ông thầy ngải giải thích rành rẽ như người từ cõi trên.

Mọi người sợ hãi làm thinh. Quả đúng ai cũng có số cả, giày dép còn có số mà! Chị Năm số chết yểu nên chưa tới ba mươi tuổi bị ho dai dẳng rồi đi. Bà Chín cũng vậy nhưng cuộc sống dài hơn. Tất cả những người trong cái ấp Phước Hưng nầy có số chết trúng gió và bị ma bắt! Hơn nữa, trong nhà bà chỉ hợp mỗi một mình con Sáu cùng tuổi dần với bà, lại kỵ tuổi con Bảy. Có kiết có hung bù qua sớt lại, nhưng từ khi con Sáu lấy chồng, một mình bà gánh hết. Tại bà yếu bóng vía hơn nên không chống nổi với con Bảy tuổi thân - dần-thân tị-hợi tứ hành xung, bà bắt đầu đau rề rề hoài nên cuối cùng phải cầu cứu tới thầy Hai.

Từ khi xuống núi tới giờ, đây là lần đầu tiên thầy chạy, có trả thêm tiền ông cũng từ chối. Nợ nần tứ giăng và tốn cả thiên lúa, bà Chín từ bốn mươi chín ký xuống chỉ còn ba mươi sáu, lép xẹp và thở không ra hơi. Tới nước nầy thì bùa phép thế gian cũng vô hiệu, phải cầu tới thần linh. Nhưng thần linh cũng chỉ để đưa bà mau về miền tiên cảnh chớ không cứu bà khỏi nanh vuốt tử thần. Chị Sáu góp ý là nên đưa mẹ xuống chùa Phước Hưng để ngày ngày bà nghe kinh kệ và thỉnh thầy trụ trì tụng cầu an đặng cho bà mau ra đi trong bình yên.

Thằng Tám chưa bao giờ nghĩ mẹ chưa tới năm mươi tuổi sẽ qua đời sớm như vậy, vì bà chị lớn đã chết năm rồi trong nhà thầy Hai Cánh, lúc mới hăm mấy tuổi, bỏ lại hai đứa con nít. Mấy đứa em nó cũng còn nhỏ xíu, con Út chỉ mới ba tuổi mà lại tuổi oan chớ thật ra nó mới chưa đầy ba mươi tháng. Dòng họ nó đâu có huông chết trùng mà tang chế dồn dập như vậy! Dòng họ nó cũng thật thà chất phác ăn ở hiền lương chưa bao giờ to tiếng với láng giềng. Đã vậy, nhà ai tối lửa tắt đèn, chưa bao giờ thiếu mặt cha mẹ nó.

Người ta nói vui buồn gì đều có điềm báo trước nhiều khi cũng đúng. Lúc chị Năm nó bị bịnh tà ma nhập sắp bắt dẫn đi, hai đứa nhỏ không chịu ngủ cứ khóc hoài, dỗ thế nào cũng không nín, khóc tới khi mệt lả nằm im ngủ luôn. Còn thằng Tám, thường ngày vật lộn với những con số, những bài bình luận, những văn chương chữ nghĩa, những vị anh hùng chống ngoại xâm..., quen sống xa nhà mà đêm hồi hôm tự nhiên nó nhớ mẹ da diết - nhớ hồi nhỏ có thói quen ngủ măn vú, nhớ cái lúc mẹ gánh hai anh em nó về đám giỗ ông ngoại.

Đáng lẽ thì nó cũng có thể vừa đi vừa chạy theo mẹ được, nhưng còn có thằng em mẹ nó ẵm không nổi. Một mình nó ngồi trong cái thúng một đầu gánh; thằng em ở đầu kia với bánh mứt cộng thêm mấy lít gạo nếp. Hai con vịt mẹ nó cẩn thận bỏ trong một cái túi đệm ló đầu ra ngoài cho nó thở - thỉnh thoảng kêu rùm trời, máng trên đầu đòn gánh. Lên đường từ sáng sớm, trước khi tới chợ Cần Giuộc, bà Chín mở gói giấy nhựt trình lấy ra cho nó một củ khoai lang, còn củ kia nhỏ hơn bà quấn lại; rồi kiếm một chỗ vắng phía sau cây trâm bầu ngồi xuống vạch vú cho thằng Chín bú.

"Bú hôn?" Với một cảm giác thích thú hạnh phúc, bà Chín cười đùa vò đầu thằng Tám.

Nó mắc cỡ lắc đầu quay đi chỗ khác nhưng thật ra vẫn còn muốn nằm trên cánh tay mẹ mà mân mê cái đầu vú mềm mềm quyến rũ ấy lắm. Đồ chơi dù không nhiều nhưng không có cái nào thích bằng. Nó còn mơ màng cái cảm giác phê phê ấy mà có khi mẹ không cho, nó cứ thao thức hoài ngủ không được. Tại vì thằng em mà nó ra rìa. Nhiều khi nó thấy ghét thằng Chín quá, bảo với bà đừng đẻ em nữa! Nhưng làm thế nào mà bà có thể nín được, nên mới có con Út!

“Tội nghiệp con tôi! Con mệt hôn?” Bà nói nho nhỏ, một tay ôm kéo thằng Tám lại hun lên trán.

Thằng Tám có nghe nhưng đang bận bịu với củ khoai vàng ngọc nên không trả lời. Ban đầu nó lột vỏ cầm ở tay. Sau khi ăn hết củ khoai nó vẫn còn thấy thòm thèm. Nó nghĩ giá mà có một rổ một mình nó ăn cũng hết. Lâu lâu nhà cũng có nấu khoai nhưng chưa bao giờ nó được ăn cho đã. Đôi phần giống như chuyện một thơ sanh nghèo ăn vỏ khoai bị tính thêm tiền, ngay khi nó đưa mớ vỏ vào miệng định ăn tiếp thì mẹ nó bảo, “Còn một củ nữa, để má cho con. Đừng ăn cái đó!” Nghe mẹ cho thêm, mắt nó sáng lên và quăng nắm vỏ. Bà Chín cười mãn nguyện nhìn nó rồi nhìn thằng Chín. Không bõ công sống với ông chồng bấy lâu nay. Bà hài lòng đẻ hai thằng con trai kháu khỉnh: Dù thằng em, nếu mà thầy bói gặp thì thế nào cũng tiên đoán nó sẽ chết yểu, giống bà nên mũi hơi hở, lại nhiễm màu da của ông nên hơi đen. Còn thằng anh, ở cái tuổi thiếu niên mà cao gần một thước bảy, giống cha mặt mày đều đặn mà mang nước da của bà nên trông sáng sủa.

“Ba đẹp trai vậy sao chịu lấy má?” có lần chị Sáu tò mò hỏi.

“Tổ cha mầy, bộ tao xấu lắm hả?” Bà mắng yêu con gái bằng một cái giá. “Tao không đẹp bằng ba mầy nhưng tao còn con gái. Con gái mười bảy bẻ gãy sừng trâu!”

“Con gái mười bảy thì sao?” Chị Sáu chưa hiểu

còn con gái thì quý như thế nào.

"Nhưng... nhưng có chồng rồi ít ai chịu lấy!" Bà không biết giải thích như thế nào cho con hiểu.

"Có chồng rồi lấy chồng chi nữa?" Chị Sáu lại càng tò mò hỏi tiếp.

"Thì... thôi chồng hoặc... bị chồng bỏ!"

Lúc chịu lấy ông, bà không biết ông có hai đứa con riêng phải nuôi dưỡng, nhưng nghĩ lại ví dù có biết bà cũng chẳng ân hận. Rất xứng đôi: Ông lớn hơn bà gần một con giáp mà trông không chênh lệch mấy. Lại nữa, bà đã không một đồng dính túi lại chẳng một chữ lận lưng; còn ông là con út nhà cửa cơ ngơi có sẵn, bà không cần bồi đắp xây dựng thêm, mà ông chỉ cần bán dần dần! Từ chủ ruộng xuống còn tá điền, khi túng thiếu lại bán lúa non đóng tiền điện cho Đại Thế giới Kim Chung! Nhưng bù lại, ông đẹp mà hiền như cục bột, láng giềng ai cũng thương mến. Hình như ông không biết nói chuyện mà chỉ biết cười, cái cười quyến rũ đã chôn chặt đời bà bao năm nay.

"Còn ba mầy có một đời vợ rồi! Má lớn bỏ đi cũng tại ba mầy hết!"

"Sao tại ba?"

"Mai mốt lớn lên con sẽ biết!" Bà không giải thích nguyên do.

Nhờ phước đức ông bà, mấy đứa con gái lớn lên nói chung nhan sắc trên trung bình, giỏi giắn, lại lễ phép. Chẳng vậy, con Năm mới mười sáu và con Sáu chưa tới hai mươi thì thằng chồng rước đi rồi. Riêng con Bảy và con Mười mặt mày ngộ nghĩnh, lịch sự, và cao ráo hơn những đứa bạn cùng trang lứa. Chỉ tội mấy đứa nó chữ nghĩa không bao nhiêu, nhưng trong cái ấp Phước Hưng nầy thiếu gì đứa mù chữ. Bà Chín an ủi, như bà chỉ biết tính rợ mà có lọt mất đồng cắc nào đâu! Cuộc sống đồng quê, con gái chỉ biết cộng trừ để tính tiền chợ với tiền công cấy là được rồi, nhưng nhứt định phải lo cho ba thằng con trai!

Cho dù khi thằng Tám lên trung học cha mẹ cũng đỡ khổ phần nào nhờ mấy năm trúng mùa, nhưng hai ba năm nay không cứ gia đình bà, mà cả làng cả xóm đều bắt đầu sa sút vì phải đóng thuế cho cả hai bên và họp hành liên miên. Mẹ nó làm lụng quần quật quanh năm suốt tháng, chưa bao giờ biết nhàn hạ. Bởi bà Chín sanh ra và lớn lên trong cảnh bần hàn vùng nước mặn quanh năm. Xóm nhà chưa tới mười gia đình xúm xít tập trung trên một khu thổ cư hai bên con đường đất chạy xuống cửa Soài Rạp, ở hướng đông, nơi Pháp dựng một cây hải đăng kiểm soát vùng cửa biển dẫn vào Sài Gòn, dân ở đây quen gọi là Cột đèn đỏ.

Khi con nước ròng, đất biển trơ ra một bãi bùn sình lốm đốm những lỗ nho nhỏ là hang của loài còng gió cẳng cao trông yếu đuối và không đẹp bằng con còng đỏ rắn chắc mà lúc nhỏ bà hay theo mấy đứa đi bắt về làm mắm. Bà Chín không thể nào quên được cái màu đen như đất và cái mùi thum thủm ấy thế mà me, bần, ổi... quẹt một cái ăn vào đã hết biết, ước chừng có chết cũng mãn nguyện. Dù thỉnh thoảng kiếm được con cua con tôm con cá, giống còng gió và cá thòi lòi là những sanh vật trung thành cung cấp chất đạm cho xóm nhà nầy.

Buổi chiều khi nước lớn, nguyên một vùng như biển nước mênh mông lung linh ánh hoàng hôn. Gió hơi mạnh sẽ làm chao đi nửa vầng ô tiếc nuối và vùng ửng vàng cam còn đọng lại trên thế gian. Trên máy bay nhìn xuống, người ta tưởng đây là một hải đảo hay một bán đảo nhờ con đường đất đỏ vẽ một vệt dài về hướng Tây lên Chợ Núi, nơi có làng mạc và chợ búa người ta mới dùng đèn dầu hôi, còn trong xóm bà chỉ phòng hờ khi rất cần thiết. Hễ tối khi không còn nhìn rõ mặt người thì nhà nào cũng đi ngủ.

Ở đây, vùng đất man khai nầy, không ai có thể sống bằng nghề nào khác hơn là đi biển. Lớn lên năm sáu tuổi nấu cơm nước được là phải theo ghe. Thậm chí, vợ chồng con cái sống dưới ghe quanh năm suốt tháng, đi giang hồ tứ xứ, mỗi năm chỉ ngày Tết và giỗ quảy mới trở về thăm căn nhà hoang. Nhưng sau khi ông già và chị Ba bị bão nhận chìm mất tích, bà Chín không theo nghề ghe nữa và lớn lên bằng những con còng, cá thòi lòi, và chiếc xuồng ba lá. Mùa lúa bà theo vạn cấy lên tận miệt Phước Lý, Tân Điền..., và Long Thượng. Tại đây bà mới đụng ba thằng Tám.

2

Khi thằng Tám về tới cổng nhà thì xóm giềng đã láo nháo khá đông bên trong, đa số là đàn bà con gái. Ông Chín lo chỉ dẫn đám đàn ông đào huyệt ở cái gò trước nhà, cạnh mả chị Năm cỏ mọc chưa đầy. Mới đào sâu chừng một thước đã rịn nước xấp xấp. Từ đây về sau nó gây rất nhiều khó khăn, nhưng người ta nói đó là điềm lành vì nước tượng trưng cho cái gì đầy tràn và mát mẻ. Có người còn dám đoán rằng tương lai con cái của bà Chín sẽ phát đạt, thậm chí có đứa còn làm quan nữa!

Có thằng Một theo sau, thằng Chín đang hụ hợ với đám thanh niên lo dựng rạp chạy vào khóc òa lên, "Anh Tám, má chết rồi!"

"Tụi bây nhớ gì hôn?" Thằng Tám cặp cổ hai đứa em.

"Nhớ gì?" Thằng Chín ngạc nhiên.

"Con trai không được khóc!" Thằng Tám an ủi. Đây là câu thiệu nó dạy em.

"Má còn chờ mầy!" Chị Bảy vừa lấy khăn mù-soa lau mắt vừa mếu máo.

Trong khi nó còn hoang mang chưa hiểu ra chuyện gì, chị Bảy tiếp:

"Chị em về đủ mặt rồi, chỉ còn mình mầy, lại con trai lớn. Mầy vái rồi vuốt mắt má đi!"

"Vái cái gì, chị?" Nó ngây thơ hỏi.

"Ai biết! Mầy muốn vái cái gì thì vái!" Chị Bảy vùng vằng, thật ra thì chị cũng chẳng biết vái cái gì vì chị chỉ lớn hơn thằng Tám mười bốn tháng.

"Mầy nói con đã về đây. Thôi má yên lòng nhắm mắt ra đi!" Chị Sáu đang nấu nướng từ nhà sau nghe tiếng, vừa bước lên vừa giụi đôi mắt đỏ hoe xen vào. Rồi chị phân bua, "Hồi sáng ở Cần Giuộc gấp quá, tao không chờ mầy được. Tại vì đường bị đắp mô nên xuống dưới trễ, sợ về không kịp."

Cái mô thật ra chỉ là một cái gì đó - khi nhánh chà, khi mấy khúc cây, có khi tấm liếp cửa của cái chòi người chăn vịt gần đó - làm chướng ngại vật cản đường báo hiệu sự hiện diện của họ, nên cả những tay lơ bặm trợn mấy cũng không dám tự động dọn dẹp để chạy.

"Phải chờ lính mở đường chớ không dám đi đại. Sợ mấy ổng gài lựu đạn! Đời bây giờ sao chết dễ quá!" Chị Sáu tiếp.

Thằng Tám ở độ tuổi đang lớn chưa bao giờ nghe chị nó lý luận về nhiều kiểu chết. Ở thành thị chết bị xe cán, dưới quê chết vì trúng gió, tà ma, và súng đạn. Ít người chết già! Chị đang nghĩ tới những gia đình khá giả người ta mua cái hòm đắt tiền, có thể bằng gỗ đỏ hay cẩm lai đánh vẹc-ni bóng láng, và khăn tang bằng vải trắng. Có người còn lo xa mua sẵn cái thọ để trong nhà, đồng thời xây kim tĩnh và nhà mồ, xung quanh có hàng rào và bồn trồng hoa. Có khi hàng mấy mươi năm mà chủ nhơn vẫn còn sống nhăn. Nhà giàu có tiền chết cũng sướng!

“Tao mua vải tám. Thôi kệ! Mình liệu cơm gắp mắm...” Chị Sáu nhìn thằng Tám, bỏ lửng câu nói. Thằng Tám cũng nhìn chị nhưng làm thinh. Một lát, chị lại lên tiếng, “Cũng may! Nếu mầy chưa về kịp thì phải dời ngày giờ tẩn liệm lại tới hai ngày. Bữa nay ngày mùi là tốt nhứt. Mai ngày thân kỵ tuổi con Cao. Còn ngày mốt thì kỵ tuổi mầy và cấm chôn cất.” Người ta chỉ nghe tiếng chị Sáu:

“Giờ mùi tẩn liệm, tới giờ tuất thì phát tang. Ngày mai chôn. Nếu không, phải đợi tới ngày kia.”

“Giờ tuất là giờ nào?”

“Ai biết! Nghe ông thầy nói vậy! Tao chỉ biết là tối tối. Nhưng mà ông thầy sẽ báo cho mình biết trước.”

Từ sáng sớm, cha nó và chị Bảy đã cúng kiếng và xin phép thầy trụ trì võng bà Chín về nhà rồi. Thân bà dán sát trên chiếc chiếu hoa cũ tưa bìa trên bộ ván ngựa kê ở căn phía Tây, đầu hướng ra ngoài cửa, sát bộ ván đặt cái bàn nhỏ có nhang đèn và dĩa tam xên. Từ cổ trở xuống đắp cái mền màu xám cũ, không nhìn thấy đôi tay khẳng khiu như của bà già tám mươi. Không ai để ý tới con Út đang đi chơn đất loanh quanh mặt mầy lem luốc, hết nhìn người nầy đến nhìn người kia. Con nhỏ mặc cái quần xà lỏn cũ rách của thằng Chín. Cái áo quá ngắn không phủ được cái bụng để lòi rún. Sau cái vẻ lem luốc, hiện ra một khuôn mặt xinh xắn, dễ thương. Lối xóm ai cũng nói con Út là đẻ vớt vì bà Chín nghỉ tới mười năm bỗng dưng có bầu lại ở cái tuổi gần hết kinh. Dù đẻ vớt nhưng chưa chắc nó không khôn hơn các anh chị! Biết đâu lớn lên nó sẽ làm quan ứng với lời tiên tri của ông thầy bói năm nào. Thằng Tám ngồi xuống ôm nó.

"Má đâu?" Nó ôm cổ anh nó hỏi chưa rành.

"Má đây nè!" Thằng Tám đưa tay kia vịn bộ ván ngựa.

"Má ngủ?" Nó lại hỏi.

"Ờ! Má ngủ!"

Thằng Tám nhắm mắt lại trong vài giây. Nếu gia đình ly tán, nó phải bảo bọc mấy đứa em. Từ bao lâu nay, mãi tới khi con Út mới đẻ, gia đình nó còn đỡ đỡ. Đứa nào cũng được mớm cơm nhai với hồng khô hấp trong nồi cơm vừa ráo nước mà cha mẹ trong xóm hằng mơ tưởng. Đứa nào sổ mũi nhức đầu đều được hưởng tiêu chuẩn bịnh nhơn, thực đơn thường có sữa con chim thơm ngon dịu ngọt.

"Ờ, Má ngủ luôn rồi!" Nó thấy cay mắt, nói nho nhỏ với con Út.

Con Út chưa hiểu được thế nào là ngủ luôn. Nó bồng con Út lên, không ngần ngại giở cái khăn trắng phủ mặt mẹ, chỉ con Út, "Má ngủ đây nè!"

Con Út chòi hai chơn và quơ quơ tay gọi "má má" nhưng bà Chín không trả lời nó. Nó tuột xuống đòi leo lên bộ ván. Đầu nó chỉ xấp xỉ mí mặt ván, nó đi vòng vòng kiếm chỗ. Thằng Tám lại bồng nó lên vỗ về. Má bà Chín hóp như thuở nào trên khuôn mặt chữ điền càng khiến trông mặt bà hình vuông vức. Người ta nói người mặt chữ điền cương nghị và có bản lãnh nhưng nó thắc mắc sao mẹ lại chịu khuất phục cha nó. Miệng mẹ nó hơi khép nhưng cặp mắt bà còn mở nhìn nó như muốn nói điều gì.

Mới hai ba ngày, chiều chủ nhựt trước khi xuống nhà trọ, nó vẫn ghé chùa Phước Hưng thăm mẹ. Ánh sáng chỉ dành cho từng lớp ở kinh đô phố thị nên căn mẹ nó nằm không đủ. Hai cánh cửa sổ mở toang trông ra ngoài vườn đầy cây cối um tùm, không nhìn thấy ánh sáng mặt trời. Những tờ nhựt trình dán vách ngả sang màu vàng khói thuốc ở móng tay cha nó. Sau một tràng ho, bà nhổ đàm vào cái lon sữa bò để trên cái ghế đẩu đặt cạnh đầu giường.

Trong hơi thở yếu ớt, mẹ nhìn nó dặn dò:

"Con rán học sau nầy ra làm thầy giáo đặng lo cho các em."

Nó gật đầu, chẳng biết nói gì. Trong ánh sáng lờ mờ, bà lần nắm tay nó:

"Không biết má đi lúc nào! Nhớ lo cho các em. Đừng dại dột theo tụi nó nghe! Anh Sáu con nói tụi nó ác lắm, giết người không gớm tay!"

Nó hiểu ý mẹ nhưng chưa biết rằng đấy là những lời trăng trối sau cùng của người mẹ suốt đời tận tụy với chồng con.

Lúc nó mới thôi bú, mẹ nó vẫn cho ngủ chung và biệt đãi cho măn vú. Nó nhớ mùi mồ hôi quen thuộc của mẹ, nhớ mùi khói nấu ăn bằng rơm rạ khô còn bám trên người mẹ, nhớ mùi khai nước đái dầm còn đọng lại trên đệm chưa khô. Tới khi nó được bốn tuổi thì mất quyền ưu tiên vì sự ra đời của thằng em kế. Khi mẹ nó đẻ con Út thì thằng Chín ra ngoài bộ ván ngựa ngủ chung với nó. Dù vậy, nửa đêm mẹ nó vẫn thường đi một vòng kéo mền đắp lại hai anh em nó.

Lúc nhỏ nó giữ độc quyền ôm mẹ mà nhõng nhẽo, chị nó và thậm chí cả cha nó cũng chỉ lén lút! Lên tiểu học thì thỉnh thoảng mẹ nó còn ôm nó vào lòng và đôi khi, nhứt là những tháng mùa đông, nó cũng ôm mẹ giụi đầu vào lòng mẹ tìm hơi ấm và mùi mồ hôi quen thuộc. Nhưng từ hồi lên trung học, đặc biệt đệ nhị cấp, qua trường Cần Giuộc ở trọ xa nhà, một tuần mới về quê một lần để lấy tiếp tế, nó mắc cỡ ôm mẹ vì trang lứa không đứa nào làm như vậy. Giờ mẹ nó nằm đây bất động trong hương khói trầm bay và trong tiếng chia buồn ồn ào của hàng xóm, nhưng có một người cố giấu niềm mong mỏi bấy lâu nay.

Lúc đầu ông Chín cũng chỉ tính chuyện văn nghệ qua đường, không ngờ càng ngày người đàn bà càng lậm không cần che giấu, khiến cả làng đều biết. Là đàn bà, mẹ nó thông cảm cô Tám Cừ và thương chồng bởi cả năm nay bà bịnh hoạn không đáp ứng cho ông. Bà chỉ mong ông biết thương con cái và tránh cảnh mẹ ghẻ con chồng.

Thằng Tám biết mẹ nó thương hai anh chị dòng lớn không khác gì lũ chúng nó. Bà má lớn còn giận không đứng chung với cha nên chính mẹ nó phải đứng ra cưới vợ cho anh Ba. Ai cũng khen con hai dòng mà hòa hợp một bầy dưới sự che chở của bà như gà một mẹ. Hồn mẹ nó đã thanh thản nhưng còn quanh quẩn đâu đây như nói chuyện không ra lời với nó. Nó biết rằng mẹ nó đã vĩnh viễn ra đi và nó sẽ chẳng bao giờ gặp lại nữa. Bỗng dưng, nó hết mắc cỡ ôm chầm lấy mẹ nó như lúc trẻ thơ, nước mắt nó ràn rụa.

Chị Sáu, chị Bảy, thằng Chín, con Mười, và thằng Một khóc òa lên. Con Út đang ôm thằng Tám, ngơ ngác thấy mọi người khóc cũng khóc theo. Mãi một lát sau, chị Sáu lên tiếng:

"Mầy vuốt mắt má đi!"

Và bà Chín sống một đời trong vùng tăm tối chưa thấy ánh sáng văn minh đã thật sự nhắm mắt xuôi tay.

3

Tối lại, khách khứa đã về hết. Nhà chỉ còn mấy cha con, ông Chín hỏi chị Bảy:

"Chừng nào con lên? Nghỉ lâu quá coi chừng hãng nó đuổi!"

"Dầu sao thì cũng phải mở cửa mả má xong cái đã."

“May đồ lính thì có cực lắm hôn, con?” Ông Chín trầm ngâm.

“Không đến đỗi nào!” Chị Bảy lấp lửng.

Hai năm nay chị Bảy - trước sau gì cũng là con của người ta, làm tại xưởng may tư, thầu đồ quân nhu ở Chợ Lớn, nhờ một người lính bạn của anh Năm giới thiệu, không biết có gì hay chưa! Vào thời buổi loạn lạc lo cho con cái không xuể phải cho đi tha phương cầu thực, không làm sao kiểm soát cho được, ông Chín cứ lo lắng chuyện gì xảy ra chỉ có trời mới biết. Ông nghĩ không khéo nó mang cái bụng thè lè về đây chỉ có nước dọn nhà đi!

Còn chị Sáu mang tiếng có chồng cũng như ở vá, một tay lo hết mọi chuyện từ trong ra ngoài cho gia đình chồng. Từ ngày giặc nổi, tức trước khi con Út ra đời, anh rể thằng Tám hoạt động bí mật cho đàng trong, tới lúc bị bể phải thoát ly mấy năm nay mà thăm nuôi được quy định mỗi năm một lần, quà cáp hạn chế nhưng tiền bạc và quý kim tự do lại được ngủ nhà hạnh phúc, hưởng ơn mưa móc tình chồng vợ; bên ngoài, chẳng thấy ai làm khó dễ gì chị và con cái vẫn đi học đàng hoàng.

Chị Bảy lên tiếng cảnh giác ông già:

“Nhưng ba cẩn thận đừng nói cho ai biết.”

“Tao già chớ tao đâu có khùng, bây!” Ông già cười.

Một lát chị Bảy lại trấn an cha:

"Con đã xin phép rồi. Cha mẹ chết được nghỉ bốn ngày."

Ông Chín quay sang nhìn đứa con trai, bỗng nhiên thấy nó lớn hẳn:

"Má mầy đi rồi tao kể như cùi. Bây giờ nhà chỉ còn mình mầy là lớn, rán học lo các em. Tao lo tới đâu hay tới đó, chớ cũng chưa chắc..."

"Còn chị Sáu với chị Bảy nữa chi?" Thằng Tám buột miệng.

"Tao con gái mà phân bì cái gì!" Ít khi con Bảy nhanh nhẩu như vậy.

"Chị Sáu mầy yên bề gia thất rồi. Còn con Cao thì mai mốt có chồng chớ nó đâu có ở đời trong cái nhà nầy." Ông Chín phân giải.

Ông móc cái túi da cũ khoảng bàn tay vấn một điếu thuốc rê, nhìn lên bàn thờ leo lét ngọn đèn bong bóng chập chờn tấm ảnh căn cước họa lại của bà Chín. Nếu cuộc đời trăm năm thì ông chỉ mới sống hơn phân nửa chút ít mà đâu thấy vui thú gì. Ông không phải tuổi dần mà cũng hai đời vợ mà rồi cũng dang dở! Ông nghĩ bà vợ lớn ly dị đã đành, nhưng ông đâu có lỗi gì mà mẹ thằng Tám cũng bỏ đi. Từ hồi lấy ông, bà chưa có một ngày sung sướng.

Ông hớp một ngụm trà, giọng ông nghe như mơ màng:

"Tao lo chuyện đồng áng ruộng nương chớ biết gì việc nhà. Một tay má bây lo hết."

Vài tháng nay, ông Chín thỉnh thoảng có cảm giác nặng ngực và mấy đứa con nghe ông húng hắng ho hơi giống như mẹ và chị Năm lúc trước. Ông thấy uể oải và mệt mỏi trong mình muốn buông xuôi tất cả. Nhiều khi ông nghĩ dại không khéo nay mai lại đi theo bà vợ. Ông biết ở thành thị nhiều người sanh sống nên ma quỉ chúng nó sợ. Còn ở đây vùng mới vỡ hoang lại là khu kháng chiến hồi năm nẵm nên người ta chết oan rất nhiều. Mà đã chết oan thì hồn phách không siêu thoát được, cứ quanh quẩn đâu đây bắt người ta cúng kiếng để kiếm ăn!

Ông không tha thiết với cuộc sống cơ cực nữa nhưng nhìn mấy đứa nhỏ mà lòng bất nhẫn. Thời buổi một cổ hai tròng không khác gì thời Nhựt Bổn. Tuy nhiên, đối với xã còn dễ dãi đôi chút, chỉ đóng thuế thổ cư, tá điền thì khỏi phải lo thuế ruộng. Còn đàng trong, dễ gì cù cưa với họ: Không phải bần cố nông, có khả năng cho con đi học thì đâu phải nghèo! Tiền gì một trăm thứ ủng hộ cách mạng, đã đóng đảm phụ quốc phòng lại phải góp lúa nuôi quân. Không đi đào lộ thì cũng phải đi đắp mô, làm sao mà tránh né. Đồng vợ đồng chồng chưa chắc lo cho sắp nhỏ được chu đáo, huống hồ gà trống nuôi con.

Ông chỉ hơi yên lòng ở thằng Tám: Hiền lành và quan tâm tới đàn em. Cho dù bây giờ trời có sập thì nó vẫn tự lo liệu được.

Lần đầu tiên ông Chín hơi vui vui nhìn thằng Tám trổ mã:

"Mầy cái gì ăn cũng được, lại ăn tạp hơn thằng Chín nên mau lớn."

"Cơm nhai mà nuốt như cò!" Chị Sáu thêm.

"Mất vệ sanh quá hả!" Nó cười.

"Tụi bây bây giờ đi học bày đặt nói mất vệ sanh. Chớ hồi đó giỏi đừng ăn!" Chị Sáu cười theo.

"Hồng khô ngon ngọt thấy mồ sao biểu đừng ăn!"

"Tụi bây mới đẻ sướng thấy mồ, chớ hồi tao với chị Năm thiếu điều không có nước cơm mà uống!" Chị Sáu ganh tị.

Chị Bảy vốn ít nói giống cha cũng góp một câu:

"Thằng Chín nó có tật hay nút nên má phải đút cơm mà dụ trần ai mới hết lưng chén."

"Tội nghiệp nó yếu đuối quá!" Ông Chín nhìn sang bộ ván chỗ thằng Chín và thằng Một đang ngủ.

Ông Chín trông hiền nhưng cộc tánh và chẳng hề gọi nó bằng con. Trái lại, bà Chín lúc nào cũng hiền lành và hòa nhã, kể cả những khi không hài lòng. Đối với nó, lúc nào mẹ nó cũng là Phật bà Quan Âm đã cứu nó qua hai trận đòn nhớ đời. Lần thứ nhứt buổi chiều đi học về thi đua với đám quỉ sứ đánh gãy mấy bông huệ của nhà Hai Dến; lần thứ hai sai đi quán lại dím tiền mua bài. Trong đầu óc ngây thơ non nớt, nó nghĩ cha nó có thể tin được rằng tiền thối lại bị gió thổi bay mất khi nó đi đồng ngoài bờ ruộng!

Bộ bài các-tê lớn hơn cái hộp quẹt diêm chút xíu

đó giá một trận đòn thập tử nhứt sanh nó phải giấu đi mấy ngày đợi cha nó quên mới đem ra rủ thằng em với chị cùng chơi ăn hình, dây thun, hoặc nắp phén. Bài vở chưa chắc học mau thuộc bằng hình những ông tây bà đầm cơ rô chuồn bích. Bởi lối xóm cũng như nhà nó khi có tiệc tùng giỗ quải, sau thủ tục và ăn uống, ai nhậu thì nhậu, ai hát thì hát, thế nào cũng có gầy sòng. Cái nghề truyền tử lưu tôn may mắn chỉ truyền cho dòng chánh chớ mấy chị em thằng Tám không lậm.

Bên ngoài trời vẫn mưa lai rai từ chiều chưa dứt. Từng cơn quật vào vách bổ kho nghe lào xào, gió lùa qua những khe hở và ngạch cửa mang theo hơi lạnh vào trong. Ngọn đèn Huê Kỳ trên bàn lung linh, có lúc muốn phụt tắt. Thằng Chín nằm co ro trên bộ ván, nơi mấy ngày trước bà Chín nằm trước khi tẩn liệm. Thằng Tám bước xuống hai chơn mò đôi dép cũ bước qua kéo mền đắp lại cho hai thằng em. Xong, nó lại đi vô trong buồng xem hai đứa con gái ngủ đủ ấm không.

Dưới ánh đèn dầu không đủ sáng, nước da ông vốn sậm ngả màu vàng vọt như người mắc bịnh. Ông ngậm điếu thuốc đứng lên kê vào ống khói bập bập cho cháy, quay sang chị Bảy:

“Con Cao, lo cho mấy đứa nó nổi hôn?”

“Mấy đứa nào?” Chị Bảy ngạc nhiên.

Ông ho sặc sụa một thôi dài, ngực phập phồng lên xuống:

"Thì mấy đứa em mầy chớ còn ai nữa?"

Chị Bảy suy nghĩ. Ông nhìn thằng Tám, tiếp:

"Thằng Tám! Mầy rán phụ chị Bảy mầy lo cho mấy đứa em."

Ông Chín biết tình trạng sức khỏe mình, nghĩ thương bà vợ suốt đời tần tảo nuôi con, không một ngày vui sướng, không một ngày nhàn rỗi. Bà sanh cho ông tám đứa có nếp có tẻ, may mắn mà từ trên trung bình trở lên, và càng may mắn hơn nữa là không có đứa nào hư hỏng - nếu hiểu theo nghĩa bình thường thì là ông chớ không phải tụi nó. Nhưng thằng Tám chưa tới tuổi để ông truyền chương cuối của bí kíp có thể diễn nôm như sau, "Ra ngoài có thể văn nghệ văn gừng nhưng về nhà phải lo tròn bổn phận."

■ nsh-081103 nhuận sắc 231122

lòng biển

** Thân tặng Hồng Lạc và Ngô Hiền Helen*

Những lần trước, khi ông chồng rủ, bà Tư Thu Hồng không dám đi đâu, như sợ ai tới chiếm nhà. Nhưng lần nầy xem quần áo và đồ đạc bà bỏ vào va-li thì người ta có thể đoán bà quyết định bỏ nhà đi thiệt. Thuốc suyễn, thuốc cao máu, thuốc bao tử, thuốc trụ sinh, thuốc ngủ, thuốc bổ B-12, thuốc ho sổ mũi nhức đầu linh tinh Advil, Tylenol... có bao nhiêu bà mang đi hết như là bà phụ trách y tế cho một đoàn người đi cắm trại. Máy đo huyết áp và cả cái hàn thử biểu dùng riêng bà cũng đem theo.

Đàng góc kia, ông Tư - thật ra ông thứ Tám nhưng ở tù về thành phó thường dân nên người ta gọi theo vợ - cũng soạn cái va-li riêng gồm những thứ căn bản và vài bộ đồ như những lần đi xa cuối tuần. Tuồng cũ diễn đi diễn lại, ông không dám nghĩ rồi mình sẽ đi luôn, ngồi nhìn bà, nói mát:

"Đồ đạc thuốc men có bao nhiêu đem đi hết đi. Kỳ nầy chắc đi luôn mà!"

"Nó không đi thì tui đi!" Bà ấm ức nói, vừa soạn đồ.

"Đừng bao giờ quả quyết một chuyện mà mình

không chắc làm được!" Ông cười can.

"Tui nhứt định rồi mà. Có nó thì không có tui!"

Nhiều kinh nghiệm về những lời thề độc quá đáng của bà, ông hỏi:

"Bà có biết chuyện cống nạp cỏ lau hôn?"

"Ăn thua gì chuyện nầy?" Bà ngừng tay ngó ông chưng hửng.

"Cây lau ở đây cũng có. Nó có mắt như cây mía, mà nhỏ hơn cây mía và cũng có mắt như cỏ ống mà lớn hơn cỏ ống một chút, mà ông Đinh Bộ Lĩnh hồi nhỏ lấy làm cờ giả bộ đánh nhau với con nít nên mới có thành ngữ 'Cờ lau tập trận' ấy mà. Cờ là bông của nó giống như bông bắp nhưng người ta không gọi là bông mà kêu là cờ."

Rồi ông kể chuyện đời xưa khi nhà Châu suy yếu, đa số chư hầu bỏ lệ triều cống. Quân sư đưa kế hoạch đòi những cái có thể đòi được là bông lau. Nếu chư hầu chịu triều cống có nghĩa là chúng nó còn nể uy quyền của mình. Vua nghe theo và quả nhiên đúng như vậy!

Hình như bà vẫn chưa hiểu, ông tiếp:

"Nếu đòi cống nạp ngựa sắt người vàng... thì chúng thấy tốn kém quá sẽ không thi hành. Đàng nầy chỉ là mớ cỏ lau ở đâu chẳng có, thôi thì đem nạp cho xong đặng giữ tình giao hảo."

Khi bà dịu cơn giận, ông ôn tồn giải thích:

"Khi lên cơn ghiền, con người ta hết biết phải trái

như thằng điên vậy, bán vợ đợ con giết người đều có thể làm được. Bây giờ giận, bà nói vậy chớ hai vợ chồng nó điếc không sợ súng cứ bỏ liều tới đâu hay tới đó. Rồi năm ba ngày nhớ sắp nhỏ quá, bà lại mò về có phải mình hố hôn?"

Ước chừng nghe lọt lỗ tai nên bà làm thinh. Nhưng khi xe chạy được khoảng chừng mươi dặm, chợt bà lên tiếng:

"Gần tới nhà con Lành chưa?"

Như mọi khi để trả lời cho câu hỏi lỡ thời của bà, ông có vẻ chịu đựng:

"Nhà con Lành ở đàng sau lưng mình. Ra gần tới xa lộ rồi còn gì nữa?"

Bà không để ý câu trả lời của ông, nói về đứa con gái:

"Nghe nói nó đi Texas về bị bịnh mấy ngày nay."

Nhớ ra lễ Vu Lan - ngày Hiền Mẫu Việt Nam, có mặt cả vợ chồng con cháu gọi bà bằng dì, ông hưởng ứng:

"Ờ! Ghé thăm nó một chút! Hèn gì ngày hôm qua vợ chồng nó không về."

Vừa mở cửa, cô Lành ngạc nhiên:

"Ủa! Hai đứa nhỏ con thằng Quân đâu?"

"Bỏ ở nhà cho ba má nó lo."

"Chuyện lạ! Lâu nay đi đâu cũng đèo theo. Ba má lo hết mà." Cô Lành cười.

"Không lo cũng không được."

"Tại ba má lo hết nên tụi nó ỷ lại."

"Ba nó... vậy, mẹ nó... vậy! Tao với ba mầy không lo thì ai lo?"

"Để tự tụi nó lo. Để cho vợ chồng tụi nó cảm thấy có trách nhiệm với con cái một chút. Ai đời đẻ ra bán cái cho ông bà nội hết."

Bà lại nói:

"Nhưng bây giờ tao chịu hết nổi rồi!"

"Bộ có chuyện gì nữa sao?" Cô Lành cười như mếu.

"Nó ăn nói hỗn hào với tao quá!"

Bà lại nổi trận lôi đình, xổ một tràng dài:

"Bây giờ tao phải lo cho bản thân tao! Tao không cần gì nữa! Con tao nuôi mấy chục năm trời còn vậy, huống hồ gì cháu!"

Sau khi trở về nhà lấy thêm một ít báo chí và sách vở, nhưng khi ông Tư trở ra, bà nóng lòng hỏi:

"Con bé Hà làm gì?"

"Nó đang ngủ," ông nói thêm "đâu có đứa nào hay!"

"Còn thằng Tí?"

"Trong phòng con Trân."

"Tối nay tụi nó hít khói thuốc thấy bà!" Bà than. Suốt buổi chiều, còn giận thằng con bất hiếu, bà Tư

Hồng cố đừng nhớ hai đứa cháu nội, nhưng quên không được. Phải chi hạnh phúc như người ta, đàng nầy hai vợ chồng già như chó với mèo. Suốt ngày ông chẳng nói chẳng rằng, còn bà thì khi dể ông chồng bất tài. Tại bụt nhà không thiêng nên ông bất mãn tự coi như mình sống độc thân. Bà có hỏi thì ông miễn cưỡng trả lời, không nói thì ông cứ làm thinh, vì ông mở miệng thì thế nào cũng có chuyện. Mà một khi xung đột thì chắc chắn ông phải thua!

Bà nóng tính và nông nổi nhưng mà không thâm. Ấm ức bà để lâu trong bụng không được nên phải có chỗ nào đó để trút cơn giận. Ông thì như gỗ đá trơ mặt dày ra đó như pho tượng, bà xoay qua nhằn thằng con trai đi đâu cũng lôi con vợ đi, cứ bỏ liều hai đứa nhỏ cho bà. Những khi khỏe mạnh không nói làm gì, nhưng lúc nầy ngoài cao máu bà còn kiêm thêm chứng thấp khớp nữa. Những khi trái gió trở trời, nó càng hành bà dữ dội; đó là chưa tính hai đứa cháu nội hành.

Nếu dễ nuôi dễ dạy như thằng Tí cũng mừng, đàng nầy:

"Đút cơm trần ai! Nó đâu có chịu ăn như con nít người ta!"

"Bác sĩ biểu kệ nó. Tới lúc đói thì nó phải ăn thôi," Nhiều lần ông cố vấn.

"Ông lúc nào cũng bác sĩ bác sĩ, làm như bác sĩ là thánh không bằng! Nhưng đói nó cũng không chịu ăn thì sao?!" Bà sừng sộ. "Nó lơ lơ là là nói đâu có chịu nghe!" Bà lại than.

Bà không dạy con cháu theo sách vở như nhiều người sống ở Mỹ áp dụng, mà theo truyền thống gia đình vô học nhà quê. Dù không đi lính nhưng bà muốn chúng phải nghe lời như nhà binh bảo đâu làm đó không được có ý kiến. Nó hỏi mà bà trả lời không được, bà la nó. Vì nó mới định cư hai ba năm nay, sợ nó học thua bạn bè, bà hay dạy thêm tiếng Anh cho nó. Nó sửa giọng của bà, bà tự ái. Bà bảo tiếng Anh bà học mấy mươi năm, nó mới đi học ở Mỹ hai năm mà đòi dạy tiếng Anh cho bà! "Trứng mà đòi khôn hơn vịt!"

Nhưng mà đâu có ai biết hồi tạo thiên lập địa thì con vịt đẻ ra cái trứng hay cái trứng nở ra con vịt trước! Riêng ông Tư cẩn thận hơn, chuyện nào chắc ăn thì ông mới lên tiếng, đại để như cháu ngoại thì chắc chắn một trăm phần trăm là cháu ngoại của mình, đàn bà đẻ ra đàn ông, và con nít càng nhỏ thì phát âm càng giống Mỹ hơn người lớn! Như mấy đứa con của anh Dân, trừ bé Thy học lớp ba chẳng nói làm gì, hai thằng con trai chỉ coi phim hoạt họa trên truyền hình không mà nói tiếng Anh như con nít Mỹ, đúng giọng hơn cả cha mẹ nó.

May mà mấy đứa con anh Dân chúng nó còn nói được tiếng Việt mới thu ngắn khoảng cách thế hệ:

"Sao bà nội lâu lên chơi vậy?

"Tại bà bận quá!" Bà trả lời cho qua chuyện.

Bé Thy ngớ người ra:

"Nghĩa là sao?"

Bà Tư Thu Hồng phải dùng chữ "busy" nó mới hiểu. Nó ôm bà, lại năn nỉ:

"Bà nội ở luôn với tụi con nghe!"

Bà Hồng nghe mát ruột mát gan, gật đầu:

"Ờ bà ở luôn! Nhưng tụi con có muốn ông bà ở đây luôn hôn?"

"Yes!"

Ông bà nội ít gần gũi và lại có mười bốn đứa cháu nên mấy đứa nầy hơi xuống giá, chớ đối với bà ngoại đã về hưu, đây là ba cục cưng. Bà khoe bé Thy học giỏi tháng nào cũng có giấy khen. Lúc nầy bên ngoài đang sôi động vụ tranh cử tổng thống thì trong trường, học sanh lại thực tập bầu cử, đang vận động bạn bè bầu cho nó làm trưởng lớp. Cô giáo chỉ đưa ra những hướng dẫn như tại sao phải bầu cho mình mà không bầu cho đứa khác, sở trường mình ở chỗ nào, và nếu đắc cử thì mình sẽ làm gì để giúp cho lớp.... Và chính nó sẽ phải trình bày kế hoạch trước lớp.

Buổi tối, ông bà coi cho hết bộ phim tập - một biến cố trước nay không bao giờ xảy ra - rồi đi ngủ. Nói là ngủ nhưng giấc ngủ chập chờn. Lâu rồi hai ông bà không còn ngủ chung vì bận bịu với hai đứa cháu nội và cũng vì viết hết mực. Lúc tỉnh giấc mò đụng ông chẳng lẽ lại ôm. Bây giờ chạm nhau đã cảm thấy nhột nhạt khó chịu chớ không phê như hồi còn nẩy kia kia nọ! Dưới ánh sáng lờ mờ của cái đèn ngủ, ông hiện ra một lão già chỉ đẹp hơn thần chết trong hình vẽ một chút. Bà ngán ngẩm càng buồn thân tủi phận thêm!

Tới bốn năm giờ sáng tự nhiên hai ông bà cùng lúc thức giấc. Nhưng ông vẫn nằm yên, im lặng xem phản ứng của bà vì chính bà cảm thấy bị xúc phạm nặng nhứt. Bà nhớ hai đứa nhỏ quá, nhứt là con bé Hà. Từ ngày đầy tháng, không đêm nào bà không ngủ với nó. Khi thức giấc thế nào bà cũng sửa nó nằm ngay ngắn lại - có tật lăn tứ tung khắp giường, và ôm vào lòng hun nó. Khi biết nói, nó giựt mình ú ớ hỏi "ai?" Bà cười hạnh phúc như ba mươi mấy năm trước nuôi cha của nó.

Một lát bà ngồi dậy lên mạng vừa xem báo vừa nghe radio. Không nói thì ông cũng biết bà đang nóng ruột về vụ Thái Hà và Tòa Khâm Sứ ở Hà Nội. Chăm chú nghe cuộc thảo luận giữa đại diện của nhà cầm quyền và mấy ông linh mục, bà bình phẩm, "Như hai người điếc nói chuyện hòa đàm Ba-Lê." Lại có tin tàu Trung Hoa trang bị hỏa tiễn giả dạng ghe đánh cá lảng vảng ngoài khơi biển Đông Việt Nam. Bà nhớ nước, nhớ nhà, và nhớ cháu, "Mới một tuổi rưỡi mà đêm nay nó phải hít khói thuốc và nghe ngôn từ của người lớn ở chốn ăn chơi!"

Sáng ngày hôm sau, cô con dâu đi học sớm. Hai bà sui gia phụ làm bữa ăn sáng. Trong khi đó thì hai người đàn ông được quyền thoải mái nói chuyện đời xưa khi đứt phim thì anh Dân mới bảy tuổi và lúc ông Tư ở tù về anh Quân đã mười bốn mười lăm. Khi cho thằng Dân đi vượt biên vợ chồng bàn tính phải có anh có em thì ông mới yên lòng vì e rằng một mình thằng Quân ở lại cái Dốc Sỏi đó nếu không làm du đảng thì cũng bị ăn mìn phi trường. Vậy mà ra ngoài nầy cũng không tránh khỏi!

Khi cả nhà đang ngồi quây quần, anh Dân góp ý:

"Nó ngang ngược quá đuổi nó đi khỏi nhà!"

"Đuổi nó không đi làm sao?"

Lúc chịu không nổi, ông Tư Hồng có ý định áp dụng thủ tục pháp lý, đã lấy đơn trục xuất rồi nhưng mấy năm nay không nỡ ra tay.

Ông Tư lên tiếng:

"Ba biết cách nhưng suy nghĩ hoài chưa dám quyết định. Không hiểu làm như vậy thì có đúng đạo lý và bổn phận cha mẹ hay không!"

Anh con trai lớn trách:

"Tại ba má dễ dãi với nó quá!"

Ông tự biết lỗi mình nên làm thinh. Lúc đầu, ông cứ tưởng bất quá nó chỉ nặng hơn thuốc lá một chút chớ không ngờ nó ghê gớm đến như thế. Bà sui kể cậu em bên Việt Nam cũng có thằng con như vậy. Vô trại cai bao nhiêu lần, về được một thời gian, sau đó chứng nào vẫn tật nấy. Khi lậm nó bán cả đồ nhà và cuối cùng làm nội tuyến cho bọn trộm cướp nhập nha. Kế tiếp là đi xin ăn đầu đường xó chợ. Đoạn kết thật bất ngờ là trở về nằm chết trước hiên nhà!

Bà sui góp ý:

"Nói thì dễ nhưng làm không phải dễ! Ăn thua

mình giáo dục chớ tới nước đó rồi thì...”

Bà Tư lấn lướt:

“Ổng đâu có dạy con cái, chỉ biết lo thân ổng thôi!”

Không biết ông vô tình hay cố ý không nghe thấy lời bà trách mà chăm chú vào màn ảnh truyền hình. Nguồn tin chưa xác nhận rằng Nghị sĩ John McCain sẽ chọn bà Sarah Palin ứng cử Phó tổng thống cho Đảng Cộng Hòa. Đài truyền hình chiếu sơ một vài hình ảnh của bà thống đốc tiểu bang quanh năm tuyết phủ và không có mùa hè Alaska. Ông nói hai vợ chồng người bạn lên đó đánh cá một năm mà lương còn nguyên không xài tới một đồng, chẳng những không đóng thuế lợi tức mà chánh phủ còn cho thêm tiền nữa.

Mọi người đang bàn về nhơn vật nữ mới xuất hiện trên chánh trường mà sáng giá hơn cả bà cựu đệ nhứt phu nhơn. Dù cho rằng bà nầy chỉ bằng tuổi đứa con gái lớn nhưng bà Tư Thu Hồng bị dung nhan sắc sảo của ứng cử viên mê hoặc. Ngay từ lúc đầu đã nghe người ta bàn tán về sự nặng tay của bà thống đốc. Kẻ chống thì cho bà lạm quyền, người binh nói bà phải thanh lọc chánh quyền, “pháp bất vị thân!”

Trong khi mọi người đang bàn chuyện quốc gia đại sự, thằng Duy bốn tuổi đứng giữa hai chân của cha nó ngồi trên ghế, chỉ bà Tư, hỏi:

“Bà gì?”

“Bà nội!”

Nó hỏi bà Tư:

"Sao bà nội không về?"

Anh con trai sượng sùng, nói chữa:

"Bà ở chơi với các con mà!"

Đành rằng con nít vô tâm nhưng bà nội buồn lòng, bắt sang chuyện dâu rể:

"Không ở với đứa nào được: con trai thì có dâu, con gái thì còn thằng rể!"

Ông Tư Hồng cười chọc quê bà vợ:

"Tôi cố đấm ăn xôi mới rán chịu chớ ai ở được với bà!"

Bà quay sang lườm ông liền. Nếu không có tiếng điện thoại reo thì thế nào bà Tư cũng dập cho ông chồng một trận nên thân. Hai vợ chồng anh Quân cũng chẳng vừa gì, nhứt định không năn nỉ bà vì có đứa con gái làm con tin. Chiêu bài tình cảm được đem ra xử dụng:

"Ba! Bé Hà muốn nói chuyện với ông nội."

Ông bấm loa điện thoại cho mọi người cùng nghe:

"Bây đang ở đâu?"

"Dạ, ở nhà."

"Thằng Quân đâu, con?"

"Đang ngủ, ba à!"

"Hồi hôm mấy giờ về nhà?"

"Dạ, ba giờ."

Bà Tư nóng nảy xen vào:

"Nó nói xạo đó! Dễ gì ba giờ mà về! Hai đứa nhỏ ngủ ở tiệm hít khói thuốc sáng đêm."

Cô con dâu đưa điện thoại cho bé Hà. Mọi con mắt đổ dồn về ông.

Tiếng nó gọi nhỏ nhẹ:

"Ông... ông... ông!"

Ghiền tiếng "dạ" của nó khi ông gọi "Hà ơi!"

"Bé Hà thương ông nội hôn?"

"Thương!" Nó phát âm như là thươn!

"Thương nhiều hôn?

"Nhiều!"

"Thương ông để đâu?

"Đầu, đầu!"

Ông thích nghe điệp khúc bốn đoạn đó và nghe không chán, mỗi ngày không biết bao nhiêu lần! Nếu ở nhà, ông sẽ thấy bàn tay nho nhỏ xinh xắn của nó vỗ vỗ lên đầu, khi thì ngay trán, khi thì chỗ lỗ tai.

Nghe tiếng mẹ nó nhắc tuồng và nó lặp lại:

"Ông... về...!"

Theo dự tính từ ngày hôm qua, chiều nay ông Tư phải về để tưới đồ và đem rác ra.

Nhưng bà đổi ý:

"Nếu vậy nó biết mình nhớ sắp nhỏ thì càng làm

tới."

"Lén đừng cho nó biết." Ông cả gan dám cãi lại.

"Làm sao tụi nó không biết được?"

Không biết sau thời gian trong trại tù cải tạo ông có nhiều kinh nghiệm về mưu chước, bà quyết định:

"Chắc ăn nhứt là đừng về!"

Nhưng khi bà lên lầu, ông lẳng lặng xách xe đi, "một mình tui về thôi!" Ông tắt điện thoại tay, cố tình không muốn nghe điệp khúc tình yêu của bà! Ông còn nợ bà mười năm lính và bảy năm tù nên bà muốn nói gì cũng nhịn. Trật trúng trái phải ông đều làm thinh càng khiến bà một mình một chợ, cứ tưởng mình là đỉnh cao trí tuệ loài người! Ông chua chát nghĩ hình như tới lúc thế giới hết đàn ông, âm thịnh dương suy quá! Mai kia nếu Đảng Cộng Hòa lên - rất nhiều cơ may, và rủi ông McCain qua đời, chắc bà Tư Thu Hồng là người hãnh diện nhứt!

Lúc ông Tư mới mở cửa bước vào, trong nhà im phăng phắc. Những tưởng vợ chồng con cái chúng đi làm hết rồi. Nhưng một lát sau, nghe có tiếng bé Hà kêu "ba" trên gác, ông bước vội lên. Chúng mừng rỡ chạy ùa ra vừa gọi vừa ôm ông nội.

Thằng Tí vội hỏi:

"Bà nội đâu, ông nội?"

"Bà không về."

"Sao vậy?"

"Ông đi công chuyện ghé qua nhà."

Đôi mắt to hai mí lông mi dài của nó đỏ lên:

"Chừng nào bà về?"

"Ông đâu biết được!"

Ông ngồi xuống, ôm mỗi đứa một bên. Ông hôn lên trán thằng Tí, ôm con bé Hà vào lòng hun nó và nó hun ông hai bên má rồi cười cụng trán như mọi khi. Mừng quá, nó cụng hai ba lần mà lần sau quá mạnh. Nó rờ trán kêu "đau!"

Ông xoa xoa lên chỗ vừa cụng:

"Để ông thổi cho hết đau!"

Quả nhiên như có phép thần thông:

"Con còn đau nữa hôn?"

"Không!"

Mẹ nó xen vào hỏi lạc đề:

"Ông nội ăn cơm chưa?"

Không trả lời, ông hỏi:

"Hồi hôm mấy đứa nhỏ ở đâu?"

"Dạ, ở tiệm."

"Mấy giờ về?"

"Khoảng hai ba giờ."

"Cho tụi nhỏ hít ba cái khói thuốc chết mất!"

"Tiệm vắng khách."

"Bé Hà làm cái gì ở đó?"

"Dạ, coi Ti-vi với thằng Tí. Nó gọi ông nội bà nội hoài."

Ông Tư nghe xốn xang trong lòng. Bà giận làm nư với hai vợ chồng thằng con hư, nhưng chúng nó đánh bài liều thì chỉ hai đứa con nít khổ! Nhưng anh chị không cho là khổ mà chỉ muốn tập cho chúng quen với cách sống bụi đời vì e mai kia có biến loạn thì có thể mưu sanh thoát hiểm được! Dù ít học nhưng anh cũng mường tượng ra một viễn ảnh chiến tranh gần kề. Cuộc đối đầu sắp tới phải là với Trung Cộng mà Nga đứng cùng phe.

Anh Quân hỏi:

"Ba chở xuống dưới được hôn?"

Ông Tư ra điều kiện:

"Con Trân phải ở nhà với mấy đứa nhỏ, chở mầy đi làm thì được."

Anh Quân nhìn vợ, quay sang ông già nói nho nhỏ:

"Nó dễ gì chịu ở nhà."

"Vậy thì nhờ ai chở chớ ba không chở!"

Ông nhứt định không đưa đi thì anh Quân cũng nhứt định không kèo nài!

Sau khi ông Tư xuống cầu thang, một lát hai vợ chồng anh Quân cũng xuống ra sân đậu xe chờ bạn bè tới chở.

Anh chị làm ca đêm, bữa nào về sớm thì khoảng

trưa - trễ thì ba bốn giờ chiều - thức dậy. Hình như số anh chị khắc cái nhà nầy, nên hễ thức dậy chơi với con cái chừng mươi phút lại đi xuống ông Thân chơi tiếp, cho tới bảy tám giờ tối mới về mở cửa tiệm mình, khiến người lạ bên ngoài cứ tưởng hai vợ chồng son. Toàn cơm hàng cháo chợ, hiếm khi thấy cô Trân đụng tới công việc nhà. Mỗi năm vài lần xuống bếp thì cô con dâu hỏi hủ tiêu, thố ớt, chai nước mắm, cái vá xúc cơm, cái rổ đựng rau sống... nằm ở đâu!

Nhưng mà tứ đức - tam tùng của người phụ nữ Á đông cô Trân đều thuộc lòng! Tòng phu thì cô đã theo chồng sang Mỹ. Công, Dung, Ngôn, Hạnh cô đều hoàn mãn! Công là việc làm. Việc làm của cô có vẻ nhẹ nhàng nhưng nhiều khi cũng gay cấn, nhứt là khi thua đổ mồ hôi hột! Nhìn cách cầm bài, người ta biết được kỹ năng siêu quần bạt chúng của cô. Còn Ngôn là ăn nói. Ông Tư khen cách đối xử lịch sự và lễ độ với cha mẹ chồng. Chỉ đối với người ngoài khi nổi giận cô mới chửi thề mà thôi!

Bà Tư Hồng thì tức ở chỗ cô cứ trơ trơ không làm theo điều giáo huấn của bà dù chẳng bao giờ cô dám cãi! Vụ thực phẩm nhiễm độc mà chánh phủ báo động, cô nghĩ hên xui may rủi: Đa số ở hải ngoại mọi người đều dùng mà đâu có ai chết! Chắc bà mẹ chồng lo xa thôi! Chỉ có chứng bịnh sắm đồ là thiệt sự cô mới bị nhiễm trầm trọng. Thua thì thôi, mà hễ vô mánh thì cái gì cũng sắm, đại hạ giá là mua, không cần cũng mang về đầy nhà. Lâu lâu bà mẹ chồng phải mất công soạn bỏ hoặc cho hội từ thiện.

Dạy con thì cô Trân áp dụng sách thánh hiền, thương cho roi cho vọt! Hễ chúng không làm theo ý thì dùng bất cứ cái gì trong tầm tay, từ chiếc đũa tới cái đồ đập ruồi, từ cái muỗng đến cây viết chì... nếu không có thì cô đập bằng bàn tay! Cái gì cũng đánh, hở một chút là đánh nên chúng sợ! Vì ít gặp cha và sợ mẹ nên chúng đeo dính ông bà nội. Bất cứ lúc nào, ngay khi thấy ông, con bé Hà đang giỡn với anh Tí cũng chạy lại ôm chầm lấy ông đòi ẵm.

Bà Tư Hồng chê nước da con bé Hà không sáng và mắt mí lót, nhưng đối với ông, cháu nội của ông đẹp hơn cháu ngoại của chị bà Tư Hồng rất nhiều. Con Linh Chi chỉ nổi bật có đôi mắt to sắc sảo, còn cái mặt gãy và mũi hơi hỉnh. Nhưng sở dĩ trông nó sang trọng như công chúa là nhờ chiếc áo làm nên thầy tu! Đàng nầy, con Hà mặc cái áo vàng nhạt bông xanh và quần jeans mua đại hạ giá từ Salvation Army chỉ mấy đồng bạc nhưng trông thật vừa vặn và xinh xắn. Khi chiếc xe của người bạn anh Quân tới, thằng Tí tự động lên xe, nhưng bé Hà nhứt định không chịu, cứ ôm chơn ông nội mà khóc. Ông Tư ngoảnh mặt đi để mẹ nó gỡ tay con bé ra!

Vợ chồng con cái chúng đi rồi, ông ra vườn sau tưới cây, lòng rưng rưng ray rứt như kim châm. Không có bà bên cạnh để nghe bà đay nghiến ông không biết dạy con. Bà không dạy thì thôi chớ ông đâu có dạy đứa nào. Ông đi lính đánh đấm, giặc nghe tiếng ông là chạy vắt giò lên cổ mà con ông mạnh đứa nào muốn làm gì thì làm. Cái cách giáo dục khai phóng không đưa được đứa nào lên đài danh vọng như hoài bão của ông! Bà vợ ông nói chưa đi ăn trộm ăn cướp là may mắn lắm rồi!

Thông thường ngày Thứ Ba nhà hàng nghỉ, và tiệm neo ế khách thì dân chơi sẽ đông. Nghĩ hai đứa cháu sẽ hít mùi khói thuốc ở cái tiệm bi-da không ai cữ thuốc, ông xót xa trong lòng. Tưới cây dọn rác thì bất quá mươi mười lăm phút là xong. Mấy tiếng đồng hồ ở nhà ông đứng ngồi không yên, chẳng làm được việc gì. Mới sập tối, ông xách xe ra tiệm chở hai đứa nhỏ về. Đứa nào cũng nghe mùi thuốc lá như chính chúng là dân ghiền vậy.

Ông định dắt thằng Tí vào nhà tắm, nó nũng nịu:

"Bữa nay đặc biệt, ông nội đánh răng cho con!"

"Bữa nay đặc biệt ông cõng, nhưng con phải tự đi tiểu, đánh răng, rồi tắm, vì ông còn phải lo cho em con."

Trong khi ông mở nước, "Con tắm năm phút, five minutes, thôi nghen! Ngâm nước lâu sẽ bị bịnh."

Xong ông quay lại ẵm bé Hà đang đứng sau lưng ôm cổ ông. Mọi khi có bà ở nhà thì phân công chớ một người không thể làm hai việc cùng lúc. Ông soạn quần áo mang vào cho thằng Tí, rồi trở ra ngồi xuống thảm dựa lưng vào thành giường, mở truyền hình xem thời sự nóng bỏng vừa chơi với bé Hà. Đã có sơ yếu lý lịch và ít nhiều quá trình hoạt động của ứng cử viên phó của Liên danh Cộng Hòa. Xướng ngôn viên chê bà làm thị trưởng một thành phố nhỏ chỉ có chín ngàn dân, rồi làm thống đốc một tiểu bang gần bằng một phần sáu nước Mỹ mà dân số chưa tới tám trăm ngàn. Ngoài ra, hầu hết những tin tức khác đều bất lợi cho bà.

Ông đổi qua đài Fox, lẩm bẩm:

"CNN hơi thiên vị, Fox trung thực hơn!"

Chơi một lát, bé Hiền một tay rờ xuống phía dưới, tay kia vỗ vào vai ông:

"Ông! Ông! Tã!"

"Con ị hả?"

"Dạ không." Nó lắc đầu.

"Con tiểu hả?"

Nó gật đầu. Ông lấy cái mền nhỏ lót xuống dưới. Nó lại lăn qua một cái ngồi dậy đòi đi vô phòng tắm. Ông hiểu ý ẵm nó vào, lấy cái bàn cầu nhỏ kê thêm, cởi tã đặt nó ngồi lên. Nó bắt chước bà nội xi nó đái, xi xi xi cũng chưa thấy giọt nào bèn khép lại nói:

"Mất tiêu!"

Nó lại mở hai chân ra vừa cười:

"Nè!"

"Con tiểu xong chưa?" Ông nội cười.

"Dạ xong!" Nó lễ phép trả lời.

"Xả nước đi con." Ông nhắc.

Nó quay lại đè tay lên cần nhưng không đủ sức xả nước, ông phải giúp nó một tay. Ông chơi với chúng gần tới khuya mới ngủ. Gần sáng hai vợ chồng ông con về tới nhà, hé cửa nhìn vào phòng. Thằng Tí ôm con gấu nằm xoay mặt vô vách. Con bé Hà nằm trên cánh tay ông nội thức giấc khi cha mẹ hun nó:

"Ai?"

"Ba mẹ con chớ ai?" Ông nội dỗ nó.

Ông Tư bảo hai vợ chồng ông con:

"Ẵm hai đứa nhỏ qua phòng đi."

Thằng Tí ngủ mê như chết nhưng bé Hà không chịu ngủ chỗ lạ. Khoảng một tiếng đồng hồ, cô con dâu mang qua giao lại cho ông nội.

Ông vẫn còn thức:

"Khuya nay ba đi sớm. Bây nhớ qua đây ngủ hoặc ẵm qua bển, đừng bỏ tụi nó một mình."

Trằn trọc luôn tới khi trời hừng sáng, ông lẳng lặng trở lên Lansing kể lại với bà chuyện đêm hồi hôm.

Thằng Tí muốn khóc cằn nhằn nho nhỏ:

"Bà nội không thương con!"

Ông an ủi:

"Bà thương con chớ sao không thương con!"

"Thương sao bà bỏ đi?"

Ông nói tránh:

"Bà đi công chuyện!"

"Chuyện gì?"

"Lâu lâu lên thăm chị Thy, anh Duy con bác Dân."

Vài năm trước đây, lâu lâu tự nhiên nó hay ôm hun ông, nhưng từ ngày đi học, nó bỏ lệ nói, "Con thương ông nội quá!" Bây giờ trong tầm mắt nó là spiderman, superman, spongebob square pants. Nó tự xưng là siêu nhơn màu đen, còn anh Duy màu vàng và thằng con trai cô Lành thì màu xanh.

Ông thắc mắc hỏi:

"Sao con màu đen?"

"Màu đen mạnh nhứt!"

"Còn ông nội màu gì?"

"Màu nâu."

"Màu nâu yếu hơn, không mạnh bằng màu đen hả?"

Nó biết trả lời, không dùng chữ yếu hơn mà nhấn mạnh chữ cũng:

"Cũng mạnh!"

Ông trở thành siêu nhơn màu nâu chơi với nó nhưng từ từ từng bước, nhà trường cướp nó khỏi tầm tay ông. Ông tự cảm thấy mình xa dần và mất dần thằng cháu nội. Nó khoe bây giờ nó đếm tới hơn một trăm và đếm backward được.

Nó lại hỏi:

"Chừng nào bà nội về?"

Ông ôm cổ vò đầu rồi hun lên trán nó:

"Mai bà về với con."

Vài phút sau, siêu nhơn tí hon thiếp đi trong giấc ngủ đầy ảo mộng. Ông gỡ hai bàn tay bỏ xuôi xuống mà nó có cái tật để sau ót khi ngủ.

Khi ông đi hấp sữa, bé Hà chạy theo đòi bấm nút microwave. Con nhỏ nầy bị binh bấm, cái gì có nút là đòi bấm! Người ta đang xem truyền hình, nó lại bấm tắt rồi cười. Máy rửa chén, máy tính, máy chụp hình..., cái gì có nút là đòi bấm. Nên nó thức thì không tài nào ông làm việc được. Ông viết thì nó phải ngồi trong lòng ông bấm keyboard mới chịu. Từ ngày lãnh cái của nợ - ngôn từ ông mắng yêu nó - nầy, về hưu non hóa ra là hưu thiệt rồi!

Nó đưa hai tay nhận bình sữa:

"Kiều!"

"Cảm ơn, thank you!" Ông sửa lại.

"... ơn!... kiều!" Nó lăp lại.

Ông cuốn hai cái mền dày be xung quanh giường tránh cho nó khỏi đụng đầu vào vách. Sợ nó lăn té khi ông ngủ quên, ông lót thêm mền gối thành một đống dưới chơn giường hướng nhà tắm mà ban ngày đóng cửa vì nó thường tự động vô nếu không đánh răng thì cũng kê bụng vào bàn cầu đòi đi tiểu.

Mỗi lần sắp nói một câu, nó lấy bình sữa ra:

"Bà!... Bà!"

"Bà đâu?" Ông thử hỏi:

Nó xoay xoay bàn tay nhỏ nhắn ra dấu:

"Đi!... Mất!"

Uống xong, bé Hà đưa bình sữa cho ông nội dẹp.

Nó nhớ bài Kìa Con Bướm Vàng, chắp hai bàn tay nhỏ xíu lại để bên má:

"Ngồi... xem! Xem!"

Ông nhắc lại cho nó hai lần "Em ngồi xem," rồi xướng âm: "Tăng tẳng tăng! Tăng tẳng tăng." Ông ghiền nghe tiếng của nó lặp lại: "Tẳng... tăng!"

Xong màn nầy nó bày trò chơi khác với ông: Đưa hai tay che mắt chơi "cúp – hà". Một lát, e nó chán, ông đổi kiểu. Khi nó "hà", bàn tay ông vẫn để yên chắn tầm mắt của nó. Nó kéo ghì tay ông nội xuống, ông "hà" làm nó cười "hắc hắc" để lộ hai hàm rằng đều hạt bắp trong cái miệng trái tim khiến cho khuôn mặt nó sáng hẳn lên, còn bình thường ai cũng nói mặt nó ngầu!

Nó lại nhớ hơi hướng của bà không chịu ngủ. Chừng như hết bài bản để chơi với nó, ông cười gọi:

"Hiền ơi!"

Tiếng "dạ" của nó ngọt ngào.

"Con lớn rồi phải hôn?"

"Dạ phải!"

"Con ngậm vú nữa hôn?"

"Dạ không!"

Miệng nó trả lời "dạ không" nhưng đưa núm vú thì mắt sáng rỡ lên, chụp ngậm liền! Ông hun nó, hun hoài mà vẫn không thấy đã! Bàn tay nó xòe ra vỗ vỗ nhè nhẹ rồi mân mê mặt ông. Ông ôm nó, nằm im sợ tan đi cái cảm giác hạnh phúc tuyệt vời! Nghĩ trong lòng, "Mai ông nội đi rước bà về cho con!"

Lúc trở lên nơi tị nạn, ông báo cáo tường tận mọi chi tiết. Nghe xong, bà Tư Thu Hồng rơm rớm nước mắt, cầm lòng không đậu, "Thôi, sửa soạn đi về! Thiệt tình, mình mắc nợ tụi nó!"

■ nsh-081115 nhuận sắc 231122

Ảnh "Giọt nắng cuối ngày" by Yên Sơn

cố hương

** Thân tặng Ngô Thị Đành*

1

Lúc trời sập, chị Bảy mang bầy con ba đứa về quê tá túc với ông ngoại. Ban đầu tính ở đỡ một thời gian rồi kiếm chỗ nào làm ăn được thì đi nhưng không ngờ năm sau ông già qua đời, không còn đứa con trai nào ở nhà. Thằng Chín đã hy sinh hồi mùa hè đỏ lửa, thằng Tám đi ở tù, còn thằng Một thì thất lạc nơi nào không ai biết; mà con Út thì còn quá nhỏ nên chị đành nhận nơi nầy làm quê hương. Thật ra đây cũng là nơi chị chào đời và lớn lên thời con gái cho tới ngày chị ly hương lên Sài Gòn và đụng cha thằng Được.

Thằng chồng của chị chỉ được cái món văn nghệ văn gừng và ăn chơi đàng điếm, bỏ bầy con cho chị, đi lấy vợ khác, nhưng gia đình chồng còn quan tâm tới mấy đứa cháu nội. Nhờ vậy mà thằng con lớn đang học lớp Bảy được tháp tùng theo các chú đi vượt biên, may mắn tới trại tỵ nạn Ga Lăng. Thằng Được đi với gia đình bên nội nên phải cải hoàn lại họ Lê, nhờ con nhà nghèo có chí nên tiếp tục học hành ra trường tìm được việc làm ở Michigan. Bấy giờ nó mới có thì giờ nghĩ tới bà mẹ dầm mưa dãi nắng ở cái xóm nghèo Long Thới.

Bác hồ của các cháu ngoan khăn quàng đỏ hô hào nhơn dân ta phải đánh cho Mỹ cút và đánh cho Ngụy nhào. Bây giờ Ngụy nhào rồi thì ta thế chơn vô chỗ Ngụy bắt tay với kẻ thù xưa. Kể từ ngày nước Việt Nam xã hội chủ nghĩa quan hệ ngoại giao với Mỹ thì y như rằng có rắc rối, vì thằng Mỹ hay cho đô-la và cho người đi qua bên đó học hành cũng như sanh sống. Nào là tham quan, tu nghiệp, và du học, nào là con lai và những người tù cải tạo, rồi tới thân nhơn đi đoàn tụ gia đình. Đi đàng nào thì cũng là tỵ nạn chánh trị theo nghĩa cốt lõi của ngôn ngữ bởi gia đình của Việt kiều nếu sống bình yên vô sự ở quê hương thì họ cũng chẳng thèm đi!

Cả một xã hội quay cuồng điên đảo vì tiền đô-la xanh và hàng hóa có chữ USA. Ngoài cơ quan phát quà, sở Ngoại vụ và công ty dịch vụ di trú là khấm khá nhứt, và viên chức nhà nước ở những nơi nầy làm chơi ăn thiệt. Quanh nhà thờ Đức Bà lúc nào cũng có hàng trăm người tụ tập phao tin và nghe tin. Ai cũng muốn vọt cho nhanh, chỗ nào cũng bàn chuyện đi đứng. Nếu không đi hợp pháp được thì Ô đi bộ, Ô đi ghe, và Ô đi chui... Bà Bảy thuộc diện Ô đi pi nhưng cũng phân vân. Thôi thì đi du lịch chơi một lần cho biết cái xứ cờ hoa.

Lần đầu nhơn viên di trú bác đơn ở chỗ giấy tờ bảo lãnh không ăn khớp với trong hộ khẩu. Hồi đó cha nó đánh trống bỏ dùi nên ba đứa con không đứa nào có một tờ giấy lận lưng. Mãi tới khi chúng lên năm sáu tuổi thì cậu Tám phải làm thế vì khai sanh mang họ mẹ cho nó đi học. Bà Bảy than hồi xưa có quen đứa nào ngoài xã đâu mà lục khai sanh hay giấy tờ hộ tịch chỉ ngồi chờ chừng mươi mười lăm phút là xong. Bây giờ nhờ thằng cháu gia đình liệt sĩ có quen dắt đi nhậu mà cũng phải đợi tới cả tuần mới có.

Vậy mà họ cũng chưa chịu cho đi. Ở dưới quê ai cũng nói người Âu Mỹ không thấy đường vì con mắt của họ đục xanh lè và không có tròng đen! Con lai thiệt một trăm phần trăm phỏng vấn vẫn bị đánh rớt trong khi người ngụy tạo hồ sơ thì đi suôn sẻ! Bắc kỳ chống Mỹ cứu nước mới vào Nam sau năm 1975 làm sao có con lai cũng đi được! Sĩ quan chết trong tù rồi mà vẫn đi H.O. với đầy đủ chi tiết lý lịch vợ con, trong khi những người thật đang vất vưởng ở vùng kinh tế mới hay lang thang nơi xó xỉnh nào đó của quê hương xã hội chủ nghĩa!

Họ thắc mắc trong hộ khẩu và trong khai sanh đăng ký lại, anh Được họ Ngô và cha vô danh mà bây giờ mang họ Lê lại có tên cha. Người Mỹ không hiểu được Việt Nam là bên ngoại mà Huê Kỳ là họ nội! Nếu anh Được không có dịp may vượt biên thì chẳng bao giờ đổi tên đổi họ chi cho phiền phức. Chính cậu Tám đứng xin thế vì khai sanh cho các cháu và chắc nhờ làm quan thời trước nên có chút ít uy tín - phải làm tờ tường trình tuyên thệ trước công chứng nhà nước, hồ sơ mới được cứu xét lại.

Phái đoàn phỏng vấn hỏi qua cô thông dịch viên người Bắc:

“Định đi du lịch bên Hoa Kỳ chừng nào bà trở về?”

“Dạ tôi cũng không biết.” Bà ú ớ trả lời.

Nhìn vẻ mặt ngớ ngẩn của bà nhà quê, cô thông dịch viên cười nửa miệng, tiếp lời ông Mỹ phỏng vấn:

“Sao lại không biết?”

“Tùy thằng con tui muốn chừng nào cho về thì về.” Bà thật thà nói.

Lần thứ nhì vẫn bị từ chối. Từ dưới quê đi lên Sài Gòn năm lần bảy lượt khiến bà nản lòng. Lại nghe người ta nói ở bên Mỹ ra khỏi nhà là lên xe xuống ngựa thì sướng thiệt nhưng lạnh thấu xương và buồn thúi ruột. Vợ chồng con cái chúng nó đi làm, một mình thân già suốt ngày ngồi nơi cửa sổ nhìn tuyết rơi. Gặp con dâu không biết điều thì nếu không bất mãn thì thế nào cũng bị bịnh thần kinh, đâu biết cầu cứu với ai được. Chán thì coi phim truyện, chớ đài nó nói tiếng Mỹ thì chỉ coi hình như người mù xem voi. Lại nhớ nhà, nhớ con, nhớ cháu. Đâu phải như ở Việt Nam mà chạy qua chơi với bà hàng xóm.

Bà hỏi thằng con:

“Có phải người Việt làm thông dịch viên ở đó muốn ăn hối lộ hôn?”

“Tiền chùa ai chả muốn, má!”

“Cho nên nó cố tình dịch sai lời mình nói?”

“Chắc nó không dám đâu. Phái đoàn Mỹ thằng nào không biết tiếng Việt!”

"Má nghe nói Mỹ cũng ăn hối lộ?"

"Thì người mình với người Tàu dạy cho nó. Thậm chí bên Mỹ mà còn có thì huống hồ gì bên Việt Nam xã hội chủ nghĩa!"

Anh Được học nội trú với đám Mỹ con, nhiễm cách sống mới nên có nhơn sanh quan riêng thẳng như mực tàu chẳng bao giờ chè lá và bợ đỡ ai:

"Rắc rối là tại tên họ của con không ăn khớp với hồ sơ cũ! Lo tiền thì cũng chưa chắc ăn đâu!"

Nói cho cùng nếu bà không đi được thì chừng năm bảy năm hay nhiều lắm là mười năm, thằng con không ngại cũng về thăm được vì hồi vượt biên nó còn con nít chẳng dính líu gì tới bên nào. Nếu không có ông em kế - vị cứu tinh khi bà sa cơ thất thế như có lần bà thố lộ - ở bển thì chắc bà còn chần chờ. Ông Tám đi mười mấy năm rồi không về được hay không muốn về, không khéo chết ở xứ lạ quê người bà không gặp mặt! Người ta nói đi thì khó chớ về thì dễ thôi, muốn về chừng nào cũng được. Thậm chí ở luôn còn được hoan nghinh nữa vì nhà nước biết chắc rằng đô-la sẽ theo dòng tuôn chảy về nguồn! Suy nghĩ kỹ, bà Bảy chịu để cho thằng con bảo lãnh qua Mỹ ở luôn.

2

Ngồi trên máy bay một thời gian dài tưởng như bất tận, bà Bảy đáp xuống phi trường vào một đêm, theo bà nói, trời lạnh kinh hoàng chỉ thấy ánh đèn chói ngộp. Một trăm thứ lạ khiến bà ngỡ ngàng như lạc vào một hành tinh nào khác. Anh Được, có vợ chồng ông Tám tháp tùng, chở bà về nhà lúc gần nửa đêm. Anh dắt bà vào phòng chỉ những thứ cần thiết, nói vài ba câu với mẹ rồi đi ngủ vì ngày mai còn phải đi làm. Vợ chồng người em sợ làm phiền gia đình thằng cháu bây giờ không còn là đứa con nít bận quần xà lỏn đi chơn đất nữa, và không có lý do gì nấn ná nên cũng từ giã ra về.

Đinh ninh khi mọi người về tới nhà thì cô con dâu xinh đẹp và hai đứa cháu nội trai kháu khỉnh trong tấm hình hớn hở chạy ra chào đón, nhưng bà Bảy ngạc nhiên nhà vắng tanh như của một anh độc thân đi xa về:

"Ủa hai đứa nhỏ đâu? Vợ con đâu rồi Được?"

"Đi ngủ rồi! Tụi nó thức khuya sợ bịnh!" Thằng con tự nhiên trả lời.

Ngã người xuống giường nệm thấy đã cái xương sống tuổi già, bà muốn ngủ một giấc cho quên đời, quên thời gian, và quên hết mọi thứ, nhưng cứ tỉnh như uống cà phê đen. Lạ chỗ, trằn trọc hoài, bà nghĩ nhà bên Việt Nam thiếu tiện nghi - mùa nắng nóng như lò lửa còn mùa lạnh muốn cóng xương - có gì mà nhớ da diết! Bất quá có hai cái nhà mồ cũ của cha mẹ dưới tàn buội chuối ở lối vào. Có cái mả đơn của thằng Chín chưa vợ con hy sinh hồi mùa hè đỏ lửa chôn ở góc hướng Đông. Có cái chuồng vịt cạnh bờ hào ở góc tây nam, dưới chân vườn xoài, mà qua một cái nhảy tới bờ dừa ông già trồng hồi còn sanh tiền bảo để làm quà cho các cháu khi chúng về chơi.

Nếu như còn hồi xưa thì thế nào ông Tám cũng rán cho hai thằng cháu học hành tới nơi tới chốn nhờ trường công không phải đóng tiền. Nhưng đứt phim rồi, ông Tám đi ở tù, bà Bảy cơm không đủ ăn no áo không đủ mặc ấm thì lấy tiền đâu mà cho con học với hành, thì thế nào trong tương lai vì không có hoặc ít chữ nghĩa lại vợ con đùm đề tụi nó ngóc đầu lên không nổi trong cái xã hội mới mang tính giành giựt nầy. May mà thằng Được vượt biên sống sót và học hành nên người rồi làm ăn tương đối được nên bà Bảy có tiền ra tiền vô bù đắp cho hai thằng còn lại.

Trái với anh cả từ tốn nhẹ nhàng mềm mỏng nhưng cương quyết, hai thằng em trai nầy như mặt trời mặt trăng, hễ gặp nhau là phải có chuyện mới được! Thằng út Tèo hiền từ đàng hoàng lại cộc tánh, không phạm pháp mà cũng mắc tội: Tội nó nghèo rớt mồng tơi nên lo cho con cái không xuể. Còn thằng Tiến, lanh lợi hơn và làm ra tiền, giống tánh cha nên mèo chuột lung tung rồi cuối cùng có vợ nhỏ, ly khai gia đình. Con vợ nó giận về nhà cha mẹ ruột đã đành nhưng bỏ cháu nội lại cho bà mà thằng cha nó cũng chẳng ngó ngàng gì tới.

Thừa hưởng cái gene di truyền độc đáo của cha và ông nội nên thằng Tí Đóm sớm biết đủ món ăn chơi. Mười mấy tuổi đã biết hút thuốc rê và uống rượu đế với đám tiểu quỷ. Mới nứt con mắt mà nghe đâu có bồ bịch rồi nên nhiều khi nó đi biền biệt mấy ngày trời như chó tháng bảy không biết đâu mà tìm! Cũng không trách được, thời của bà nửa thế kỷ trước, phải mười chín hai mươi mới dám hó hé tới chuyện trai gái, mà phải trốn cha trốn mẹ chớ không phải công khai như thời buổi người Mỹ dồn dập đổ vào và người Việt ồ ạt ra đi!

Ngày bà Bảy lên đường, ông Một mắc bận công tác không tiễn được. Như cánh chim trời, chẳng ai biết được ông bay đi phương nào. Chỉ khi ông ghé bà mới biết thằng em còn sống lưu vong ở đâu đó trên chính quê hương mình. Là một huynh trưởng, ông có khả năng lãnh đạo chỉ huy; là một giáo sư Anh văn, ông biết thông tin khắp năm châu bốn biển. Lúc lòng nhơn đạo của thế giới chưa mệt mỏi, có người chịu đài thọ cho ông dắt một đám thanh thiếu niên con cháu vượt biển nhưng ông từ chối. "... mặt trận chánh là ở đây. Bên ngoài chỉ là hậu phương."

Vài ngày trước, lúc hơi khuya ông tạt ngang:

"Nhắn anh Tám hãy giữ lời thề ước trước khi đi lưu vong. Người Việt ở ngoại quốc rán hiểu cái ngôn ngữ trong nước như hồi ảnh ở tù liên lạc với mình ngoài đời vậy!"

Không hiểu ý, bà Bảy chỉ ậm ừ.

Ông Một nhìn lên bàn thờ nơi chưng bức di ảnh của ông Chín và của bà Mười, hai người hai bên chiến tuyến:

"Chị Mười hy sinh cho cái bằng liệt sĩ nhưng mất xác, các đồng chí của chỉ không hề quan tâm. Và bây giờ em đang bị các đồng chí của chỉ truy lùng."

Hồi xưa lúc họ chơi chiêu bắt - gọi là mời học sanh thiếu niên ở quê vô bưng nhồi sọ năm ba ngày rồi trả về nhà đặng gây nghi ngờ cho cơ quan an ninh bên ngoài. Phe quốc gia thấy vắng mặt lâu hỏi tới hỏi lui, trước sau gì cũng theo họ vô bưng thì anh Tám dắt bầy em lên Sài Gòn tỵ nạn vừa làm cu-li vừa đi học dù không ăn trắng mặc trơn nhưng vẫn còn hơn đám đệ tử cái bang. Nếu không có bổn phận chăm sóc cha già chắc con Mười không chết oan uổng. "Nhưng cuối cùng thì ba cũng lên Khánh Hội làm mướn!"

"Tại ba còn tiếc cái nhà thờ ông bà và mấy mẫu ruộng."

"Ở đây chỉ cần nói khác ý một chút là bị khủng bố tinh thần, bị hành xác, bị chơi trò xã hội đen ti tiện, và cuối cùng thì ở tù!"

"Thì ai sao mình vậy đừng chống đối!"

Đôi mắt buồn, ông Một nhìn bà chị:

"Em thông cảm chị. Không biết phải nói thế nào cho chị hiểu! Chúc chị thượng lộ bình an!"

Dứt lời, ông Một không chần chờ đứng dậy. Sau khi ông đi rồi, bà vào buồng khóc tức tửi như hồi cha mẹ chết. Bà tiếc không được học hành đàng hoàng để hiểu biết nhiều hơn. Chị em trao đổi ngắn gọn và tẻ nhạt như vậy nhưng không phải bà không thương thằng em bây giờ xa cách ngàn trùng. Nó hoãn dịch gia cảnh làm thầy giáo thì đâu có ơn oán gì với đám mới nhưng nó vẫn bị trù dập vô lý nên không phục. Thiếu gì thằng mặt trận miền nam te tưa vì bất đồng ý kiến và bị kỳ thị, hồi mới về thì hùng hổ như ông trời con, sau thì an phận hèn nhát như con giun con dế.

Thì ra vậy nên con Út mới không chịu lấy thằng cán bộ quyền uy do anh Sáu giới thiệu mà cặp bồ với một anh có cha đi tù cải tạo.

Chị Sáu phê bình:

"Người ta làm cách mạng không chịu lại đi lấy con ngụy!"

"Em thấy anh ta không hợp với mình."

"Ngụy bây giờ còn gì nữa?"

"Còn bản chất con người," cô Út cãi.

Lúc tiễn bà ra phi trường, bà Út mắt đỏ hoe:

"Còn có hai chị em, nay chị lại bỏ đi!"

Bà Bảy gượng cười:

"Còn chị Sáu nữa chi!"

"Chị Sáu khác!"

"Sao khác?"

"Chỉ có chồng cách mạng mà!"

"Anh Sáu cách mạng chớ đâu phải chỉ!"

Bà Út không biết giải thích sao:

"Nhưng mà khác! Không giống hai chị em mình. Chỉ bị ảnh hưởng nặng, giờ toàn cái giọng phản động!"

Bà Bảy cầm lòng không đậu, nhưng cố an ủi:

"Đó là chuyện gia đình riêng của chỉ. Còn chị em là tình ruột thịt mà! Chị đi chị còn về chớ chị ở luôn bên đó sao?"

"Ai đi cũng nói vậy! Mười mấy năm rồi anh Tám có về đâu?"

"Cậu Tám chưa chắc họ cho về nên nó không đi."

Lúc bà chuẩn bị vô phòng cách ly, con cháu nội Hải Đường ôm bà khóc nho nhỏ:

"Con không muốn nội đi, con sợ mất bà luôn!"

Dĩ nhiên bà không chắc chắn nhưng vẫn vỗ về nó:

"Sang năm bà về thăm con!"

Đặc biệt lưu luyến và cảm động lắm bà mới hun lên trán nó. Con nhỏ suốt ngày đi câu đi vó ở ngoài trời nên khét nắng y như mùi lưng con trâu nhà anh Tám Son. Thương con gái lội bộ đi xa nên khi nó lên trung học bà sắm một chiếc xe cho nó ngày hai bận đạp đi học. Nhìn con nhỏ mồ hôi nhễ nhại dắt chiếc xe cao gần tới đầu, bà Bảy xót xa trong lòng. Không biết mai kia có lên đại học làm ông nầy bà nọ như con của gia đình cách mạng hay rồi cũng quét lá đa như con sãi ở chùa!

Nhưng nhớ lại bà nghĩ buồn cười khi nó nhìn trong gương rồi than, "Trời ơi! Sao đen dữ vậy trời!?" Cha nó đen mà nếu nó trắng mới lạ, bà trả lời ba phải, "Con đừng lo! Bây giờ mình ở quê thì vậy, mai mốt lớn con lên Sài Gòn học, nó nhả nắng nước da con sẽ sáng hơn." "Con biết bà an ủi con," nó gượng cười. Ngoài ra, lòng bà cứ ray rứt hoài khi nhìn đứa con gái mười một mười hai tuổi mà không có lấy một bộ đồ mới, chỉ mặc toàn đồ cũ do bà con cho. "Ở quê mình có gì bận đó, bà nội."

Bà Bảy thương nó an phận, không đòi hỏi, như cuộc đời lầm than của bà lúc nhỏ. Học lớp sáu lớp bảy, nó mơ một cái máy vi tính. Bà hứa, "Để nội xin bác Hai cho con."

Còn thằng Tí Đóm thì nhắn bác Được cho tiền để nó mua một chiếc Cub đặng lấy le với con đào mới cua được!

Không biết bà ngủ bao lâu mà khi mở mắt ra có cảm giác là đã xế chiều. Cả nhà im lặng không một tiếng động nhỏ, chỉ nghe tiếng máy sưởi chạy rò rò suốt ngày đêm. Bên phải là vách tường sơn trắng như màu bịnh viện, phía trái là cái bàn đặt cạnh đầu giường bên trên có mấy quyển sách truyện, có giấy, có viết, có hình ảnh gia đình.... Bình hoa giả thập cẩm trong góc tạo thêm một không khí sinh động cho căn phòng hẹp tưởng chừng như cái hộp hình khối chữ nhựt. Anh con trai đã chuẩn bị sẵn một nơi đầy đủ tiện nghi cho mẹ, nhưng nệm êm chăn ấm như cảm giác cô đơn đè nặng trên người.

Dật dựa một hồi lâu, bà Bảy ngồi dậy chồm tới vén màn, qua khung cửa kính, nhìn ra cái sân phẳng rộng mênh mông, cỏ cắt đều thẳng tắp. Bà nghĩ, cũng phải mấy sào, tiếc mảnh vườn như thế chỉ để trồng cỏ, còn phải mất công chăm sóc! Sao không trồng rau cải gì đó cho có lợi! Trời ui ui, không thấy ánh sáng mặt trời, chỉ mấy gợn mây lảng đảng trên ngọn cây hàng rào ranh giới phía Tây, nơi hai con chim nhỏ chuyền qua chuyền lại lẫn lộn trong đám lá vàng bay bay rải rác đáp nhẹ nhàng trên bãi cỏ xanh theo từng cơn gió.

Có lần ông Tám kể với bà, chính nơi đây, ít nhứt cũng đã mười mấy năm rồi, khi ông Tám mới chơn ướt chơn ráo sang Huê Kỳ định cư là nhằm ngày đám cưới anh Được, chú Quảng của anh Được là bác sĩ lại sống ở Huê Kỳ lâu năm được đại diện đàng trai và bên nội. Vì mới đi H.O. qua, ông Tám không đủ tư cách thay mặt bên ngoại! Trong tiệc nầy, như hàng trăm thực khách khác, ông đứng sắp hàng lấy đồ ăn, trong khi những người đại diện ngồi bàn trên có người phục vụ mang thức ăn đến tận nơi và chuốc rượu.

Ông Tám chua chát:

"Cái thế của mình không còn nữa!"

"Chắc tại nó không biết!" Bà Bảy binh vực.

"Dĩ nhiên làm sao nó biết được, nhưng còn các chú nó? Nếu không nữa thì còn ông già vợ nó!"

Đứng ở cửa giữa em và con, bà Bảy rất khó xử:

"Mấy người nầy qua đây lâu nhiều khi họ không để ý tới phong tục tập quán!"

Thật tình bà cũng đau lòng hình dung ra cái cảnh lớp già của mình không còn chút quyền uy nào trên con cái nữa. Ngay chính tại quê nhà, sở dĩ cha mẹ khiến được con cái là vì mình có tiền có của, hoặc nếu không nữa thì cũng có học. Nếu nghèo không nuôi nổi chúng thì tụi nó đâu có nghe lời mình. Huống hồ trong cái xã hội kim tiền hoàn toàn mới lạ nầy, mình không tiền không biết tiếng Anh không biết lái xe thì tất nhiên phải lệ thuộc vào nó.

Bà cảm thấy uể oải như vừa qua một cơn bạo bịnh, bỏ chơn xuống sàn bước tới tắt đèn ngủ. Như chờ sẵn, khi nghe tiếng động, một người con gái xinh tươi trong bộ đồ bà ba trắng đơn giản mà bà may từ Việt Nam gởi tặng gõ cửa bước vào. Hình ảnh thật bất ngờ! Lần đầu tiên mà như quen thuộc gặp mặt cô con dâu bà không mang trầu cau đi cưới đã đẻ cho bà hai thằng cháu nội kháu khỉnh. Cô gật đầu chào và hỏi thăm bằng thứ tiếng Việt của người Mỹ rất dễ thương. So với trong hình anh Được đã gởi về cho mẹ ngày thành hôn, cô Cẩm chững chạc hơn, trông có cảm tình ngay.

"Mệt quá mẹ ngủ quên," bà giả lả. "Mấy đứa nhỏ đâu, con?"

"Tụi nó đi học, lát nữa con rước về."

Cô con dâu bước tới nắm tay bà bóp bóp, nhìn mẹ chồng thương hại:

"Con pha cà phê xong mời mẹ ra uống. Đợi chút xíu nữa anh Được về dùng cơm luôn."

Thái độ ân cần khiến bà nghĩ con dâu tưởng mình bịnh hoạn, bà mẹ chồng phân bua:

"Tại mẹ ốm chớ có đau yếu gì đâu, con!"

"Ăn xong mẹ lại buồn ngủ cho mà coi," cô con dâu nhìn bà, cười. "Bây giờ bên Việt Nam bốn năm giờ sáng mà."

"Ờ mẹ có nghe nói ở đây ban ngày thì bên mình là ban đêm."

"Cho nên ai mới qua giờ giấc cũng đảo lộn. Chừng một tuần lễ nó sẽ trở lại bình thường thôi."

Bà mừng con dâu sanh đẻ ở Mỹ nhưng cũng biết cư xử. Chỉ kẹt hai đứa cháu nội thân yêu của bà đi học về giơ tay chào hello nhưng không cho bà ôm. Chúng chỉ đứng hơi xa xa nhìn một bà già ốm tong teo da nhăn má cóp, nói chuyện với cha mẹ bằng tiếng Mỹ. Tiếng Việt thì chúng chỉ hiểu chút chút mà không nói được. Thật ra thì chính vợ chồng anh Được - nhứt là chị - dùng tiếng mẹ đẻ cũng hơi trọ trẹ vì chỉ mới tập nói lại từ ngày có gia đình ông Tám định cư. Trước đây cũng như bây giờ vùng giá lạnh nầy ít người Việt ở. Hơn nữa, bạn bè anh Được đều là người Mỹ, nếu không thì cũng chỉ là những người Việt nói tiếng Anh.

Cho nên tánh nết và cách xử sự của anh Được giống Mỹ hơn người mình. Sống căn bản, làm gì cũng tính toán đàng hoàng, không thừa không thiếu! Tháng nào tiền điện dôi ra thêm chừng năm mười đồng, anh phải hỏi lại bà xã tại sao. Đi xe lưng một gạch cũng phải đổ xăng phòng khi bất trắc hết nửa chừng. Mà cách đổ xăng cũng lạ hơn người thường. Anh trút ngược ống bơm xăng để chắc chắn không còn một giọt trong đó. Lại nữa, anh dạy hai thằng con trai đi tiểu phải ngồi trên cầu như phụ nữ để tránh nước đái văng vãi ra sàn nhà.

Tánh sạch sẽ và ngăn nắp của hai thằng con giống hệt cha: Cần kiệm liêm chính! Ăn cơm phải vét không còn một hột trong chén. Xong dọn sạch sẽ chỗ mình ngồi. Chơi xong, xếp đồ chơi gọn vô hộp cất vào chỗ quy định trước, cho nên từ ngày mua không mất một món gì. Người lạ bước vào nhà thì thế nào cũng nghĩ hai vợ chồng son. Bà chải đầu rớt một cọng tóc trên thảm, thay vì lượm bỏ vào thùng rác, thằng cháu nội đem lại đưa cho bà khiến bà áy náy!

Bộ bàn ghế ở phòng khách và xa-lông giữa phòng sinh hoạt gia đình bà Bảy không được ngồi! Không phải thằng con nó cấm nhưng bà không thích vì ngồi nghe sột soạt rất khó chịu hoặc là phải mở tấm phủ ni-lông ra. Mà nếu mở ra thì bà không thể nào làm lại ngay ngắn gọn gàng như trước được. Thành ra từ ngày qua Mỹ, khung không gian sanh hoạt của bà thu hẹp lại trong căn phòng hình hộp và cái bàn nhà bếp, chẳng bù bên nhà có cả cánh đồng cho các con tự do chạy nhảy.

Khoảng mười mấy tuổi anh Được mới vượt biên nên bao nhiêu cảnh khổ cực của một gia đình nhà nghèo bên mình anh đã trải qua mà mẹ thì vất vả gấp năm mười lần nên thương mẹ không cho bà làm gì cả. Cơm nước rửa chén bát dọn dẹp nhà cửa đã có con dâu. Công việc làm của bà là ở không suốt ngày! Hết sách thì anh Được lại ông Tám lấy thêm sách mới cho bà tha hồ đọc. Ở không hoài cũng chán, khi thằng con đi làm bà mới lén ra nhổ cỏ hoặc dọn dẹp linh tinh ngoài vườn cho quên ngày tháng chớ chẳng cực nhọc gì, khi biết được nó cũng la!

Thằng con nghĩ mẹ đã trên sáu mươi thì học lái xe làm gì, vả lại hai vợ chồng nó cũng không có thì giờ tập cho bà. Giả dụ tập được rồi bà cũng đâu có đủ chữ nghĩa mà thi. Người quen khuyên bà học Anh văn đặng thi quốc tịch mai kia mới được hưởng tiền già, nhưng đầu bà đâu còn chỗ để nhét ba cái chữ kỳ cục ấy! Đôi khi bà muốn mua một món quà gì đó cho mấy đứa cháu cũng không biết lấy đâu ra. Ông Tám đã về hưu làm thêm cầm chừng thỉnh thoảng lắm mới dắm dúi cho bà chút đỉnh để dằn túi. Trên cương vị làm mẹ bà ngại mở miệng nói chuyện tiền bạc với con!

3

Anh Được là người có ăn học nên tính toán rất chính xác. Khi mẹ ở bên nhà, cứ mỗi ba tháng anh gởi về không biết bao nhiêu nhưng so với mức sống của một người nghèo miền quê thì khá bộn. Số tiền nầy dành đóng bảo hiểm sức khỏe khi bà sang đây ở luôn. Thành ra dù mẹ ở bên nhà hay ở đây cũng đâu vào đó. Nhưng đối với bà, nó khác nhau một trời một vực. Từ một người vô sản đúng nghĩa đen đứng bên lề xã hội Mỹ, về Việt Nam bà trở thành triệu phú được nhiều người ngưỡng mộ.

Vốn tính rộng rãi, bà mắc thêm chứng bịnh giữ tiền không được. Từ ngày có bang giao hai nước, trước tiên người ta thấy rõ hai thằng con nể bà ra mặt, nhứt là những lúc chúng sa cơ thất thế cần sự ban ơn của bà. Ngoài các cháu ruột ăn theo cha mẹ chúng nó, những đứa cháu xa cũng được hưởng ơn mưa móc. Không kể năm cái đám giỗ chánh thức trong gia đình mời rất đông bà con hàng xóm, giỗ quải cưới hỏi gì bà cũng đi. Có tiền trong túi, lòng bà bất nhẫn nhìn cảnh cùng quẫn của người nghèo khó.

Đó là vì bà đã trải qua một thời hắc ám từ những ngày giặc về. Cướp của, giết người, và khủng bố. Tất cả mọi người đều trở thành chiến lợi phẩm và đều bình đẳng trong xác xơ. Người nghèo không thấy khá hơn mà kẻ giàu thì trở thành tội phạm. Ông Tám bị đưa đi biền biệt, trong khi bà Sáu một bước lên voi nhờ có chồng làm cách mạng. Thời trước chánh quyền dễ dãi nên bà Sáu vẫn lén lút nuôi chồng dưới hầm bí mật trong nhà và cho con ăn học đàng hoàng để bây giờ chúng làm cán bộ gọi cậu Tám bằng một thứ ngôn ngữ trịch thượng.

Bà vợ ông than với bà chị chồng:

"Hồi xưa ảnh hiền mà từ khi cải tạo về lúc nào cũng nổi nóng được."

"Ai cải tạo về cũng đổi tánh, có người còn bị mát mát!" Chị Sáu nhận định.

"Bây giờ già rồi chớ nếu không em cũng ly dị ổng!"

"Con cháu đầy đàn đầy đống vậy ly dị coi sao được!" Bà Bảy cười.

Khi lên cơn bà chỉ dọa vậy thôi, nhưng ông cứ trơ trơ đó. Thật ra thì ly dị rồi ai chở bà đi chợ dù lâu lắm bà mới đi một lần, ai cắt cỏ cào tuyết cho bà, ai gắn cái màn cửa bị sút, ai giúp khi bà nghe radio trên internet bị trục trặc...! Hóa ra ông cũng còn giá trị lợi dụng được một vài việc chớ không đến đỗi phải vứt bỏ như một vật phế thải hoàn toàn!

"Ông nói chuyện bình thường không được! Lúc nào cũng la lối!"

"Gặp nhau hoài hục hặc nhưng nếu một người đi rồi thì kẻ còn lại cô đơn lắm!" bà an ủi em dâu. "Thôi thì rán sống như bạn và càng tránh đấu khẩu càng tốt."

Hình như hầu hết người tù cộng sản đều bị hội chứng hậu chấn thương tâm thần. Cho dù không riêng người nào có lỗi, ông cứ ray rứt cái mặc cảm phạm tội vì phục vụ chưa hết mình để đến đỗi phải ly hương. Xưa ông nôn nóng ra đây học được cái gì để trả nợ đồng bào nhưng mười mấy năm rồi chỉ lo nợ áo cơm! Những người khác hoàn toàn quên dĩ vãng như vừa ăn cháo lú đi đầu thai! Ông bảo khi Mỹ cho người cải tạo định cư đồng thời chuẩn bị bước bang giao là đã có cái ý vô hiệu hóa mầm mống chống đối để ổn định xã hội, và để dọn đường trở lại.

Bà Bảy gần gũi và thương ông Tám nhiều nhứt vì khoảng cách tuổi đời không xa nhau mấy và vì chính ông chớ không ai trong gia đình đã nâng đỡ bà nhiều nhứt. Nhưng nhiều người quen biết hiểu lầm là qua bên nầy hình như ông hơi lơ là với chị. Lúc đầu thì năm mười bữa ông Tám tới rước bà về nhà chơi hai ba ngày cuối tuần. Riết thưa dần, vì ông bận bịu vác ngà voi quanh năm suốt tháng. Trong khi bà chị thu mình cô đơn trong gia đình hạnh phúc của thằng con, ông em ngại giành giựt tình cảm của bà đối với hai đứa cháu nội, mà chính bà cũng nghĩ ngày càng dần xa.

Những tưởng sang đây có thể giúp gì được và

mang hạnh phúc đến cho gia đình con cháu, nhưng bà lại trở thành một vật thừa bên lề cuộc sống và là một gánh nặng cho con. Trước khi người mẹ bất hạnh hồi hương, anh Được muốn làm vui lòng bà mới đề nghị mời cậu mợ tới dùng cơm chia tay, nhưng bà Bảy ngậm ngùi quay mặt đi:

"Thôi! Mẹ sợ cầm lòng không đậu!"

Hồi ông Tám lên đường đi định cư, bà nghĩ chắc suốt đời không gặp, nhưng lần nầy bà có cảm tưởng là vĩnh biệt:

"Sáng sớm con đi làm sẵn đưa má ra phi trường luôn."

Ngày hôm sau phải đi làm, lại tránh được một buổi tiếp đãi khách, anh Được không nài ép:

"Thôi, tùy má."

Ông Tám vẫn bình tâm bà chị sẽ trở qua như những lần trước. Vài tháng bà vợ ông móc điện thoại cho ông nói chuyện vẫn bình thường. Nhưng thời gian qua gần một năm thì ông mới hốt hoảng:

"Thẻ xanh mà đi khỏi nước Mỹ một năm không trở lại được."

"Thằng Được nói được mà," bà Bảy cãi.

"Chị khéo nghe lời thằng Được!"

"Không phải chị không tin cậu!"

"Ngày Mười tháng Mười Hai hết hạn thì chị chỉ cần qua trước một ngày thôi."

"Thằng Được nói hộ chiếu còn hạn đi đâu cũng

được."

"Dĩ nhiên chị đi đâu cũng được nhưng Mỹ người ta rút tư cách thường trú nhơn lại. Nếu chị đi Mỹ thì chỉ đi du lịch thôi."

Nghĩ cứ giấu hoài cũng không được, mãi một lúc lâu sau có tiếng nghẹn ngào của bà Bảy bên kia đầu dây:

"Chị với thằng Được đã bàn tính trước rồi, nhưng ngại nói sợ cậu mợ buồn!"

Thế là hết! Trên sáu bó cả, chắc gì còn gặp lại nhau nếu không có một cơ may hay một phép lạ gì đó! Ông Tám thở dài, "Em hiểu tình cảnh của chị!" Rồi quay qua bà xã, "Hóa ra hai người đã thỏa thuận nhau trước rồi nhưng cứ nói vòng vo tam quốc!"

■ nsh-081029 nhuận sắc 231122

sợi nắng mong manh

** Tặng MD*

"Người yêu ơi! Muốn gởi Anh sợi nắng
"Cho một đời của kiếp sống phi công..."

(Bạch Mai, *Gởi Anh Sợi Nắng*)

Lúc nầy đang vào tháng đầu mùa xuân. Đã qua rồi những ngày rét mướt và cũng đã qua rồi những ngày anh bận bịu công việc. Thời tiết đã ấm lại và đã thấy mặt trời. Ánh nắng ban mai nhuộm vàng không gian bên ngoài khung cửa kiếng. Trong nhà, Lộc đang sửa soạn bữa cơm trưa. Điện thoại reo, tiếng bên kia đầu dây, "Lộc hả? Mạnh khỏe hôn?" Cô chưa kịp trả lời thì anh ta nói luôn, "Nhơn có công chuyện chạy ngang, nếu em rảnh anh ghé chơi một chút." Lộc bối rối vì thằng con đã đi học nhưng cô buột miệng, "Dạ em không có bận chuyện gì. Anh ghé chơi đi."

Giáp với Thành phố Utica về hướng Đông, khu thương mại ở con Đường 59 gần cầu Xa lộ 53 khoảng mười năm trước còn lơ thơ, nay trở nên sầm uất từ khi những công ty lớn Home Depot, Office Max, Art Van, Osaka Japanese Steak House, và chỗ bán xe Lexus... về đóng đô và đồng thời cây xăng cũng như tiệm neo mọc rộ lên hai bên đường chạy dài hai ba dặm để đáp ứng nhu cầu cần thiết cho khách hàng. Con đường Schoenherr từ đoạn nầy lên hướng Bắc thời gian gần đây mở thành hai chiều để thỏa mãn lưu lượng xe cộ ngày càng nhiều dẫn tới con đường Lakeside nơi có dải chung cư ba từng.

Từ hồi khu thương mại nở rộ thì người có đầu óc nhạy bén mới đầu tư vào ngành xây cất nhà cửa nhứt là khi thị trường địa ốc sau thời kỳ khủng hoảng tưởng phá sản bắt đầu lên trở lại. Theo lịch sử, thị trấn nầy hình thành trước khi Tiểu bang Michigan gia nhập Liên bang đầu năm 1837. Còn người dân thì nói thị trấn nầy xuất hiện từ hồi cuối thế kỷ 18 còn dấu tích của một đất nước có nền văn minh khá sớm từ trời Âu lúc nhà độc tài Hitler chưa ra đời. Cho nên, theo cách thiết kế dàn đèn theo luống giữa đại lộ nó cũng còn mang dáng dấp một thành phố cổ. Nhưng khu mới nầy hoàn toàn thực tế mà từng trệt dưới cùng thường dùng làm văn phòng hoặc cơ sở làm ăn.

Đã trôi qua năm phút... mười phút... rồi mười lăm phút. "Anh đâu rồi?" Lộc nôn nóng gọi lại.

"Gần tới." Cương mới lái xe tới trước nhà tìm chỗ. Anh đã đậu xe tuốt đầu kia khu cư xá làm vài việc riêng. Trong khi đó qua lớp kiếng từ trong nhà bếp ở từng hai nhìn xuống, cô đã nhận ra anh chàng đang đậu xe nhưng chưa vô gõ cửa vội. Cô hồi hộp để xem anh làm gì. Lúc đó anh Cương trong quần kaki xanh mới bước xuống xe. Ảnh mặc áo cũng kaki nhưng màu vàng khó biết của nhà binh hay hướng đạo, nhìn vào cửa. Chắc chắn anh chẳng thấy gì mà chỉ đợi xem màn cửa lay động ở khoảng kiếng thường phía dưới. Cô biết ảnh nói cho qua chuyện chớ đối với nghề nghiệp của anh ta thì công việc gì trên vùng nầy cách gần một tiếng đồng hồ! Lộc mở cửa cười:

"Có chuyện gì trên nầy vậy anh?"

"Nói xạo chơi chớ có chuyện gì đâu, chỉ chuyện ghé đây thôi!" Anh cười thành thật khai báo.

"Chỉ chuyện ở nhà em?"

"Còn phải hỏi?!"

"Anh thấy khu nầy sao?"

"Thật tiện lợi: vừa ở vừa làm ăn khỏi phải đi xa," anh nói. "Bao nhiêu dân?"

"Chưa tới bảy mươi lăm ngàn nhưng sống rải rác chớ không tập trung."

"Dĩ nhiên rồi, em. Làng xã chớ đâu phải thành phố mà tập trung."

"Cho nên chuyện làm ăn không phải dễ."

"Đem giấy tờ trình ký," anh nhá xấp hồ sơ.

"Giấy tờ gì trình ký, đưa coi." Lộc cầm lấy.

Hai người vô nhà đi xuyên qua cái tiệm neo nhỏ nhắn chỉ có hai bàn và không có ghế làm chân nhưng trang trí lịch sự.

"Sau khi đi cắm trại tháng Tám năm ngoái về em mới mở," Lộc nói. "Anh thấy đó, chỉ lèo tèo. Mà em chỉ làm khách hẹn chớ không nhận *walk-ins* như những tiệm khác."

"Sao em không chơi lớn luôn?" Cương góp ý. "Lớn nhỏ gì cũng cái tiệm, chi phí *overhead* đâu khác nhau mấy."

"Nhiều tiệm lắm. Hướng đông hướng tây gì họ cũng mở chận đầu," Lộc chán nản nói. "Họ tranh nhau xuống giá riết..."

"Xem ra nghề nầy gần hết thời phải hôn?" Cương thông cảm chia xẻ.

Hai người lên cầu thang. Theo đúng bài bản quản lý khách sạn - mà anh đâu có học ngành nầy, Cương đi sau, Lộc bước từng nấc, tưởng có bàn tay ôm hông mình.

"Em còn khỏe. Hàng ngày lên xuống như tập thể dục," Lộc khoe. "Em sợ mập lắm!"

"Hơi lớn tuổi lỡ tròn một chút đâu có sao," anh đỡ lời. "Nhiều khi còn ra vẻ mệnh phụ phu nhơn là đàng khác."

Lộc cười, "Thôi anh đừng an ủi em!"

"Anh nói thiệt mà!" Cương nhìn thân thể Lộc với ba vòng không chênh lệch nhau mấy.

Tới từng thứ nhì gồm nhà bếp và phòng ăn nhưng không có vách ngăn hay cái gì chia đôi để phân biệt. Trừ những lâu đài hay nhà cao cửa rộng của những bậc đại gia có phòng ốc rõ ràng, người ta mặc định như thế như hầu hết những căn nhà trung bình. Không có bàn tay choàng qua như mong đợi, nên cô quẹo phải vô bếp mà lòng phân vân. Anh đi thẳng lại bàn nhưng không ngồi mà đến đứng ngay bệ cửa sổ vén màn nhìn xuống. Ngay góc phía bên kia đường là văn phòng tiếp khách của Công ty Xây dựng Thành Minh đang thầu khu chung cư nầy.

"Có thấy gì hôn?" Lộc hỏi.

"Thấy. Thấy ông đi qua bà đi lại. Hồi nãy ở trên nầy em quan sát thấy địch một trăm phần trăm ha?"

"Vậy mới là thám sát chớ!"

"Em khéo chọn chỗ nầy lý tưởng thiệt. Vừa tiện lợi lại vừa..." anh bỏ lửng câu nói.

"Vừa... gì, anh?"

"Kín đáo! Thôi không nói tiếp. Em hỏi nữa sợ anh nói xàm!"

Anh Cương nhắc Lộc xấp giấy tờ hồi nãy, "Em điền hai mẫu khai sức khỏe ấy: một cho em và cái kia cho cháu. Của Thọ thì em ký thay."

"Sao cắm trại năm ngoái mình không cần điền *form,* hả anh?" Lộc thắc mắc.

"Kỳ nầy là trại Hướng Đạo. Thủ tục buộc như vậy. Điền xong nhờ bác sĩ gia đình ký. Hôm nào xong anh ghé lấy, hoặc em gởi thẳng xuống trại mà địa chỉ anh có ghi trên tờ giấy kèm theo đấy. Trại phí anh đã đóng cho ban tổ chức rồi."

Ít nhứt cũng nửa năm hay sáu bảy tháng họ không gặp nhau từ ngày đi cắm trại ở Holland, chắc cũng không xa chỗ Lễ hội Hoa Tulip tổ chức hàng năm, một thành phố miền cực tây của Tiểu bang Michigan. Nhưng thực ra cắm ở công viên trực thuộc tiểu bang gần sát bờ phía đông Hồ Michigan chớ chẳng phải trong trung tâm thành phố.

Buổi chiều gió hiu hiu và những sợi nắng mong manh còn đọng lại trên cành lá xuyên xuống đất trại, lung linh trên bàn dã chiến. "Em ơi!" "Gì anh?" Cương cười, "Anh gọi, em phải dạ. Em thấy gì trên bàn hôn?" "Không. Em có thấy gì đâu?" "Em coi kỹ lại đi." "Phải những vệt nắng chiều? Em hớt giùm anh sợi nắng, Kết hai đứa mình vào ngày tháng phiêu du." Những buổi chiều thơ mộng như thế nầy chỉ muốn ngồi nhấp chút café và nhả khói vòng tròn. Nếu có hai người cũng phải bình tĩnh - không được vội vã - ngồi yên tận hưởng cái không gian lắng đọng.

Sau khi dựng lều và bày hàng xong đâu đó rồi có chương trình di hành. Cắm trại tại công viên nầy *phải* leo lên tới đỉnh - hình như cao hơn hai ngàn bộ - ít nhứt một lần, nhưng chị Ngân than mệt ở nhà thủ trại. Đường lên toàn bằng cầu ván bề ngang chừng một sải người lớn, hai bên có lan can giữ an toàn. Vậy mà khi gió mạnh người ta có cảm giác không an toàn cho lắm. Nhưng sở dĩ trại thiết kế như vậy là tại vì đôi khi chỗ giáp hai ngọn đồi quá sâu và quá dốc nên người ta không thể xuống đồi nầy rồi leo lên ngọn đồi kia được.

Lúc bắt đầu đi là bốn người tới chừng khoảng nửa đường anh Ngân rủ Thọ đi nhanh về phía trước, "Hai người nầy đi chậm quá. Bác cháu mình đi nhanh trước đi." trong khi Cương câu giờ thụt lại phía sau đúng như ý Lộc, "Em đi nhanh không nổi. Mình chậm chậm lại đi anh!" Chỗ nối giữa hai đoạn cầu thang là một khoảng rộng vuông vức mỗi cạnh chừng ba bốn thước mà hai bên có băng để tuổi trẻ dưỡng sức và người già ngồi thở dốc. Xung quanh cây là cây, chỉ một khoảng trống nhỏ nhìn xuống con suối người ta thấy được nhờ vệt nước trắng xóa. Phía tây nhìn ra Hồ Michigan chỉ toàn mây nước. "Em sợ quá!" Lộc nói, nghĩ tới chỗ nào đó chỉ có hai người.

"Làm bộ hả? Muốn ôm anh phải hôn?" Cương nhớ tới lời ông thầy lớp tâm lý. Lời tỏ tình dễ chấp nhận nhứt là khi người nữ trong tình huống hoang mang hoảng sợ nhứt không còn chỗ bám víu. Thí dụ, lúc chỉ hai người tránh pháo kích ở dưới trảng xê, hoặc khi đi vượt biên sắp chìm tàu, hay lúc hai đứa hóng mát giữa cầu cao gặp cơn gió giựt mạnh, hoặc lúc máy bay trục trặc, hay trong cơn bão tố.... "Anh nầy!" cô mắc cỡ đánh vào lưng anh một cái.

"Em ngồi xuống đây nghỉ một chút đi. Đừng nhìn con suối nữa mà nhìn anh đây!" Cương dìu cô lại chỗ ngồi nhìn cô và xoay lưng lại phía những người từ dưới đang lên. Dù là muôn ngàn người đủ sắc dân đi chơi lễ hội nhưng anh e ngại gặp người quen. Đó là những người trong giao dịch làm ăn do nghề nghiệp chớ không hẳn là các bà mẹ độc thân trong cộng đồng mà Cương chỉ chấm một! Anh rất tỉnh lấy khăn giấy chặm những giọt mồ hôi hai bên thái dương Lộc rồi lấy bình nước dã chiến mở nắp ra, "Em uống đi, uống ba hớp thôi nha!" Cô nhìn anh, phân vân sao người đàn ông quá lạnh lùng, "Có mạnh khỏe bình thường hôn?"

Đường đi gồm những bậc như cầu thang lên lầu thành ra mệt thì ngồi nghỉ xong lại tiếp tục, mà có người quả quyết đếm được tới khoảng hai trăm hăm lăm nấc. Lúc xuống mới thật nhiêu khê. Sau một khoảng ván lót ngắn ngủi là tới đường mòn có nhiều chỗ quanh qua quẹo lại mà lần đầu không kinh nghiệm đi rừng rất dễ bị lạc. Nhiều đoạn thật dốc, có nơi tới 45 độ. "Em ngồi xuống đây, anh kiếm cho em một cây gậy." Cương tìm bẻ cây khô vừa tầm tay. "Anh đi trước, em một tay chống gậy một tay vịn vai anh." Lộc như gợi ý lại nhắc, "Anh Ngân với thằng Thọ đi mất tiêu rồi ha!"

Tối hôm ấy khi chỉ có hai người phụ nữ, "Có gì hôn?" chị Ngân hỏi. "Đâu có gì đâu!" Cô Lộc trả lời mà trong lòng hơi tưng tức. Đã có nhiều dịp cô tưởng anh ta sẽ ôm mình và cô chờ đợi. "Thiệt hôn?" Chị Ngân lườm cô. "Cả buổi trời lửa gần rơm mà không bén gì hết?" "Thiệt mà!" Lộc quả quyết. Chẳng phải vô tình mà anh chị Ngân rủ hai người đi chơi chung. Thông cảm hoàn cảnh mẹ góa con côi, anh chị giới thiệu khi thì chàng độc thân lúc thì người ly dị cho cô tìm hiểu, mà đa số cũng có chút danh phận trong xã hội, nhưng chỉ qua một lần gặp mặt cô đều cáo lỗi, "Hầu hết sống bề ngoài không có chiều sâu!" "Anh nầy có chiều sâu hôn?" Lộc trả lời có. "Để coi sâu cỡ nào!"

Sau khi hai vợ chồng anh chị Ngân và thằng Thọ đi ngủ rồi, hai người vẫn còn ngồi quanh đống lửa trại nói chuyện trời trăng mây nước như con nít mới lớn. Ảnh nói ảnh con nhà nghèo phải phấn đấu lắm mới ngoi lên được. Lên Trung học Đệ Nhứt cấp mới mặc được cái quần tây đầu tiên trong đời! Mà cũng hên nữa, chớ nếu cha mẹ bắt ở nhà lo phụ gia đình, rồi mười lăm mười bảy tuổi cưới vợ sanh con đẻ cái như đa số những thằng trang lứa cùng xóm "thì bây giờ sao gặp em được." Ảnh nói như thiệt, như bây giờ hai người thương nhau nhưng tuyệt nhiên không biểu lộ một hành động yêu đương nào.

Từ cửa sổ treo cái màn màu xanh nhạt, anh đi vòng lại đứng sau lưng Lộc, "Em đang làm gì đây?"

"Em đang làm bếp mà," giọng nghe hơi nũng nịu một chút, Lộc tưởng có vòng tay ôm hông mình!

"Anh mới đi thăm anh Ngọc ở *nursing home*."

"Bây giờ ảnh ra sao?"

"*Vũ như cẫn* vẫn như cũ. Không có tiến bộ chút nào. Vẫn mơ mơ màng màng không biết gì hết." Cương thở dài, "Ngọc bị tới nay gần như ba bốn tháng rồi. Trời kêu ai nấy dạ."

Cô Lộc nghĩ hình như ai cũng có số mạng riêng, mỗi người một kiểu, không ai giống ai hết. Có người bị thương năm lần bảy lượt mà vẫn sống nhăn ra.

"Còn như anh Phước em, ra trường chưa được một năm...." Lộc ngậm ngùi bỏ lửng câu nói.

"Hình như ảnh là trinh sát Sư đoàn 5 phải hôn?"

"Trinh sát Trung đoàn 8."

"Nếu Trung đoàn 8 thì là Đại đội 8 Trinh Sát. Anh cũng có một thằng em phục vụ tại Đại đội 8 Trinh Sát nầy," anh ngừng một chút để nhớ về Lai Khê trong những ngày tháng dầu sôi lửa bỏng ấy. Thời gian nầy áp cực địch quân khá nặng nên Trung đoàn 15 từ Vùng 4 Chiến thuật cũng tăng phái cho mặt trận An

Lộc. "Nó từ Địa Phương Quân qua."

"Có khi hai ảnh cũng biết nhau," Lộc thắc mắc.

"Nếu cùng thời gian sao lại không biết? Một đại đội nhiều lắm cũng chưa tới một chục sĩ quan."

Đó là lần cuối cùng hai anh em gặp nhau. Người anh từ Biên Hòa biệt phái lên tình cờ gặp người em tập trung tại vườn cao su sân bay đợi trực thăng bốc để nhảy vào An Lộc. Cũng lại tình cờ biết đại đội trưởng của nó là bạn cùng khóa cùng trung đội với Cương hồi sinh viên sĩ quan Thủ Đức. Anh Cương hỏi, "Hồi đó mầy muốn đi Nhảy Dù mà?" "Nhảy Dù hết chỗ. Tao mới chọn Trinh Sát." Đi trinh sát gần mười năm mà còn thọ thì số mầy cũng lớn!" Cũng như anh Cương hên mới hết giai đoạn một thì được tuyển qua đi bay bà già và bị bắn hai lần vẫn *Anh Không Chết Đâu Em*.

"Thằng em tao đang làm trung đội trưởng cho mầy đó," Cương nói. "Coi lý lịch nó tao đã nghi rồi. Cùng họ với mầy mà Cương với Nhu. Còn ai vô đó nữa?" Anh bạn kia cười. Quay sang người lính tùy tùng, "Gọi Thiếu úy Nhu trình diện tao!" Quay sang Cương, "Muốn rút nó về chỗ sướng hôn?" "Mẹ! Đại đội Trinh Sát chỗ nào sướng chỗ nào cực mầy nói tao nghe đi." "Lên bàn thờ sướng!" "Được lên bàn thờ sớm cũng mừng," anh Cương cười ha hả. "Sợ *'anh về trên đôi nạng gỗ...'* Sợ *'anh về làm khổ đời em'* mới phiền!" Anh lại nói, "Đi trinh sát thì chơi tới bến luôn! Bịnh gì cữ?"

Có lịnh cất cánh hộ tống đoàn xe tiếp tế lên Xã Cam. "Chào Đại úy, em đi bay!" Anh Cương chào theo kiểu nhà binh thật tình, cười. "Tao biết hậu cứ mầy rồi. Mai mốt tiện tao ghé!" Anh Đại Đội Trưởng nói, "ĐM tối nay ghé đi kẻo mai mốt không còn kịp nữa!" Xong mở nắp bi đông ra hớp một ngụm rồi đưa cho thằng bạn, "Nầy! Tao tiễn người chiến sĩ lên đường. '*Túy ngọa sa trường quân mạc tiếu.*' Cái gì... *Cổ*... Có phải *cổ lai* hôn? '*Cổ lai chinh chiến kỷ nhân hồi! Xưa nay chinh chiến mấy ai về?*'"

Lên tàu, Cương nghĩ chừng nào đáp an toàn mới chắc sống. *Xưa nay chinh chiến mấy ai về!* Lai Khê nhỏ dần bỏ lại sau lưng. Cương mang theo hình ảnh của ít nhứt hai người thân. Một thằng nằm giường trên đứa giường dưới mà gần mười năm may mắn sống sót mới gặp lại. Một thằng máu mũ ruột rà mà hồn ai nấy giữ, có khi cả mấy tháng không biết tin tức gì nhau. Mặt nó vẫn buồn buồn như mọi khi, anh không nghĩ nó sẽ không về nữa. Tính thảm khốc của chiến tranh trong thời gian lăn lộn trong đất đỏ đương đầu với giặc đỏ dù không đúng chính xác nhưng cũng không sai với hai câu thơ trong bài *An Lộc Địa* của cô giáo Pha, "An Lộc địa sử ghi chiến tích, Biệt Kích Dù vị quốc vong thân."

"Nhưng đánh đấm dữ dội ở An Lộc vậy mà nó không sao, lại chết do pháo kích!" Anh Cương hơi tức tối nói. Kỳ đó pháo thủ của họ canh đúng vô nhà dân ngụy, trường học ngụy, và chỗ đóng quân của ngụy gây thương vong trên dưới mười tên ngụy trong đó chỉ một tên lính ngụy, ngoài ra có cả con nít ngụy và học trò ngụy nữa. "Cũng như Phước, bây giờ thì nó lên bàn thờ ngồi cho gia đình làm đám giỗ. Vậy là về chỗ sướng rồi!"

"Mẹ em muốn chạy cho ảnh về làm việc văn phòng nhưng ông già không chịu. 'Không phải tôi tiếc tiền nhưng nếu ai cũng nghĩ như bà thì lấy ai chiến đấu?' Tới khi ảnh tử trận thì mẹ em trách không còn con trai nối dõi. Ba buồn nhưng không ân hận. 'Thì mình còn con Lộc. Trai gái gì không được? Mình đâu có làm vương làm tướng gì mà cần nối dòng nối dõi!?' Rồi ba em cũng đi cải tạo rồi chết trong tù."

Lộc muốn khóc, Cương mân mê bàn tay học trò của Lộc, "Em dùng chữ đúng ý anh: đi cải tạo rồi chết trong tù!"

"Lúc trước em cũng đi thăm nuôi ba."

"Nhỏ xíu sao đi được?"

"Tháp tùng với người lớn. Đi xe thồ, xe bò, xe trâu... đủ thứ. Ngủ đêm dọc đường dọc sá." Nhắc chuyện xưa càng thêm tủi nhục cho thân phận nhược tiểu. Bàn cờ thế giới do các cường quốc chơi. Nước nhỏ chỉ là con cờ!" Tự anh đổi đề tài. "Sau nầy anh biết tại sao em tên con trai."

"Ông già định đặt tên con theo thứ tự Phước Lộc Thọ nhưng chỉ có hai đứa rồi ngưng. Trên thế gian nầy khó kiếm một người con gái thứ hai trùng tên em."

"Đẹp như em thì khó chớ trùng tên thì có mà."

"Anh chỉ xạo. Ai?"

"Cô em-xi nổi tiếng biết ngâm thơ và làm thơ."

"Ai vậy?"

"Cô B.T. đó. Tên cúng cơm của cổ giống của em."

"Thiệt hả? Vậy mà em đâu biết," hơi nghi ngờ, Lộc tiếp, "Tới giờ cơm rồi, anh dùng cơm luôn nha."

"Để anh phụ em dọn cơm."

Không ngờ anh chàng nhận lời một cách tự nhiên.

"Nhưng em dở bếp núc lắm. Nấu bậy bạ một hai món thôi."

"Đâu cần nhiều em. Ăn nhiều bịnh nhiều, ăn ít bịnh ít," anh quả quyết. "Nhứt là thực phẩm có xuất xứ từ nước mình và trung cộng."

"Nhiều khi cũng khó phân biệt."

"Không khó lắm đâu. Cứ cái gì Made in Vietnam và China hay Made in PRC thì đừng mua. Em biết lên mạng thì *search* FDA hoặc Bộ Nông Nghiệp Michigan tìm những món đồ bị *recalled*."

"FDA là cái gì?" Cô thắc mắc.

Chữ viết tắt của Food và Drug Administration là Cơ quan Kiểm soát Thực phẩm và Thuốc men của Mỹ. Lát nữa anh sẽ ghi ra cho."

Rồi anh phụ dọn cơm. Trên cái bàn cẩm thạch nhỏ, mâm cơm thể hiện tính đơn giản - mà cũng có thể là do làm không ra tiền như lời tiết lộ lúc nãy của chủ nhơn - gồm tàu hủ kho sả ớt và một tô canh cà giống như kho ngót nhưng không phải.

"Em đang *diet*," Lộc ngại ngùng phân bua. "Cả tháng nay lên cân vù vù!"

Cô lại tiếp, "Không biết hồi qua đây có đi làm

bồi bàn hôn mà coi cách dọn bàn ăn thấy anh có vẻ chuyên nghiệp quá vậy?"

"Không. Anh làm sở mà."

"Sao rành rẽ vậy?"

"Nhà binh dạy."

"Sĩ quan mà cũng dạy làm bếp nữa sao?"

"Không dạy nấu ăn nhưng dạy ứng xử."

"Hèn gì thấy anh lanh thấy mồ! Thiệt tình thì em cũng muốn anh ăn cơm với em một bữa," cô tự thú, "tại nhà riêng của em."

"Anh biết mà."

"Sao anh biết?"

"Nhìn thì biết chớ có gì lạ. Cho nên anh không khách sáo."

"Lợi hại thiệt ha!"

Từ từ em sẽ khám phá con người anh còn lợi hại hơn nữa! Nhưng có gì bậy bạ hôn?"

"Cho tới giờ vẫn chưa có gì bậy bạ!" Lộc nheo mắt.

"Nhưng mà anh bậy bạ lắm chớ không đàng hoàng đâu nha!"

Hồi nãy lúc hai người đứng chỗ lan can nhìn qua khu rừng chồi mùa xuân lá mới nhú, Lộc chỉ muốn và chờ Cương *làm bậy* mà anh lại tỏ ra đứng đắn.

"Nghĩ cái lúc Thúy Kiều leo rào qua gặp Kim Trọng em thấy kỳ kỳ nhưng phải phục cô nàng táo bạo thiệt," Lộc gợi ý. Cô đang rạo rực trong lòng và thèm một vòng tay ôm.

"Nội chỗ nầy gây nhiều tranh cãi. Phe binh bên chống. Kim Trọng mò qua thì được coi là hợp lý hay thuận ý. Bởi thế gian dành quyền chủ động cho đàn ông!" Cương đang tỉnh táo bàn luận văn chương!

Trong bữa ăn, Lộc chỉ cái chậu bọc giấy màu trang trí hình hai con chim trong góc gần chân cầu thang, cạnh cây đàn dương cầm.

"Buội trúc anh bứng cho em hồi trước mùa Đông năm ngoái đó!"

"Vẫn còn sống?" Anh Cương nhìn theo bàn tay búp măng có móng sơn bóng. "Cây ở nhà chết rồi. Tại mùa Đông anh quên ủ nó."

"Qua tay em thì mọi vật có èo uột tới đâu cũng thành sống động."

Cương vô tình, "Loại nầy anh xin của một người bạn ở Washington DC đó."

"Nhỏ xíu à. Không giống trúc bên mình."

"Đúng. Trúc bên mình làm cần câu cá được. Đây là loại trúc kiểng mà. Nó cao chưa tới đầu người. Em phải trồng trong chậu chớ nếu em trồng ở ngoài vườn, nó nhảy *bà cố* luôn!

"Anh có nhiều thành ngữ ngộ thiệt!" Cô run người cười ha hả không kềm chế được đến đỗi làm rung rinh cái bàn. "Anh đừng cười em!"

Thì điện thoại reo. Có khách hàng gọi hẹn nhưng cô từ chối.

"Em nói em đang tiếp khách. Hẹn bữa khác. Anh cũng là khách của em mà!"

"Chỉ khách hẹn chớ không nhận *walk-in* phải hôn?"

"Anh cũng *walk-in* nhưng khách đặc biệt mà!" Cả hai cùng cười.

Thôi thúc bởi thất nghiệp và tiền bạc cạn dần, Lộc nảy ra một ý là trở lại nghề cũ. Cô gom hết tất cả vốn liếng và mượn bạn bè mở cái tiệm chỉ có hai cái bàn, không có ghế làm chân. Cái bảng hiệu cũng chỉ làm bằng tấm giấy cứng đề "L.N. Nails, coming soon." "L.N. là Lộc Nguyễn chớ chẳng có gì bí mật cả," cô nói. Chữ *coming soon* cô viết rời trên miếng giấy khác đặng mai mốt khi bắt đầu hoạt động rồi thì bỏ đi không ảnh hưởng gì tới bảng hiệu.

"Thời gian nầy nghề neo xuống rồi chớ không còn khá như trước nữa."

"Tại kinh tế xuống nó kéo theo mọi ngành nghề chớ đâu riêng gì nghề neo."

"Cho nên em chỉ làm vừa đủ chớ không bon chen!"

"Biết sao đủ?"

"Biết đủ là đủ!"

"Anh đồng ý với em," anh giơ tay lên và hai người *hai phai*. Cương giữ tay Lộc. Hai người nhìn nhau.

Sau bữa ăn, Lộc mại hơi:

"Có chuyện nầy không biết có nên nói hay không!"

"Em nói đại đi."

"Sao cái máy xay trong *sink* bật điện không chạy mà kêu e e hoài?"

"Chuyện nhỏ! Lỡ ăn cơm rồi không lẽ không làm!" anh Cương sẵn sàng hy sinh! "Sợ mang tiếng vong ơn bội nghĩa!"

"Em đàn bà con gái không biết mới nhờ. Anh nói vậy ngại quá!"

"Đừng ngại. Tự nhiên như người Sài gòn đi em!"

Cương bật công tắc máy xay thì quả thật máy bị kẹt.

"Em có *tuột-nơ-vit* hay cây sắt gì dài dài cứng cứng cũng được."

"Em đang kẹt cái nầy," Lộc đang lau cái bàn. "Anh lấy giùm. Nó ở trong hộc tủ trên cùng bên phải đó."

Đề tài dễ quá mà lại trúng tủ nữa. Cương lấy găng nhựa làm neo của Lộc đeo vô và cẩn thận tắt điện. Anh thò tay vô móc vật cặn bả ra xong mở nước và mở công tắc thử lại lần nữa, thì quả là có mảnh xương nhỏ kẹt giữa dĩa quay và cái thành máy xay. Khi nghe tiếng máy chạy kêu rẹt rẹt thì Lộc hết hồn.

"Em tưởng anh xay bàn tay của anh!"

"Nếu quả thật như vậy thì không biết phải làm sao!"

"Lợi hại thiệt nha! Vậy mà em loay hoay nửa tháng không biết làm sao!"

Cương cười, "Em cần một bàn tay đàn ông!"

Tối hôm đó, cô vẫn ngủ một mình như từ hồi chia tay với ông chồng cũ, nhưng cảm giác cô đơn da diết lần đầu xuất hiện mà trước nay chỉ mơ hồ. Cô cảm thấy mất mát và hụt hẫng như chơi vơi giữa lưng trời hay trống vắng trong hoang đảo. Còn thiếu một cái gì. Cái gì đó Lộc chắc chắn biết. Quanh đi quẩn lại vò võ một mình không ai tâm sự. Thằng con có chuyện riêng của nó chớ đâu chơi với mẹ, nhứt là khi nó khá lớn rồi. Đi học về nó ở miết trong phòng chỉ khi ăn cơm hay tắm rửa nó mới thò mặt ra.

Trong bộ đồ ngủ mong manh, Lộc mở cửa phòng tắm nhìn vào gương. "Mình te tua dữ vậy sao?" Cô hốt hoảng tự nghĩ. Câu nói trùng tên em thì có chớ đẹp như em thì khó hồi chiều của Cương chỉ là câu nói chơi đẩy đưa khen nịnh của đàn ông chớ thật tình cô đã sống hơn nửa thế kỷ rồi. Lộc đưa tay cột lọn tóc lại, vén nhìn phía mép tai có nhiều sợi bạc mà thật sự đã lai rai từ khi qua tuổi bốn mươi. Đôi mắt một mí trông không lôi cuốn. Và ở đuôi mày đã xuất hiện dấu chân chim. Lộc quyết định sẽ đi thẩm mỹ viện cắt mắt.

Nhìn xuống chút xíu, ngực còn căng đầy chưa giảm nhựa sống. "Thằng Thọ đã mười mấy tuổi rồi còn gì!" Nhìn xuống chút xíu nữa, cô mắc cỡ phân vân tự nghĩ, "Có thật mình cần một người đàn ông?" Chắc chắn cô không cần một thợ neo mà một người bạn. Hình ảnh hồi trưa anh hát có diễn tả trông thật nghệ sĩ. Vài đụng chạm nhẹ nhàng tế nhị nghe còn phê tới giờ. Không phải vô tình mà hai người cùng hát bài "Những Chiều Không Có Em" của Trường Hải. *"Ngõ hồn sao hoang vắng. Ôi! Dừng chân đây..."* Anh xuất thần khi lên cao *"Ôi! Chiều nay chiều nay sao nhớ quá..."* Anh ngân thật dài chỗ *lib* cỡ khoảng năm giây rồi xuống chủ âm La thứ không bị đâm hơi mà thật điêu luyện, *"...Giấc mơ tình yêu chưa tròn."*

"Không thấy anh hát lần nào sao anh hát đạt vậy?"

"Hát tài tử chơi thôi," anh khiêm nhường. "Hơn nữa mình đâu có khuôn mặt trình diễn."

"Là sao?"

"Là không ăn khách," anh không nói mình đã *quá đát*. "Ít nhứt có hai loại hình: sáng tác và trình diễn," anh phân biệt. "Trên sân khấu và hậu trường. Có người nổi tiếng mà cả đời chưa bước lên sân khấu," anh ngừng một chút, "như anh đây!" Cương cười, diễu dở.

"Lợi hại nha!" Cô tán thán.

"Còn em? Đệ nhứt danh cầm mà!"

"Lạy Chúa! Em chơi tạm được thôi."

"Bữa nay đẹp trời nên anh muốn nghe em đờn một bài."

"Khi nào hứng đờn mới hay," Lộc mại hơi.

"Vậy bây giờ hứng chưa?"

"Hứng rồi." Lộc không thể cưỡng lại được, và bước tới ngồi vào cây đàn dương cầm. "Hồi nhỏ nhà bán tạp hóa, ba không cho làm gì hết chỉ có học và học thôi. Hết học thêu thùa bơi lội thì cắm hoa; còn học piano là do ba thích hình ảnh người phụ nữ ngồi đờn cho nên chơi triền miên thành thói quen đến đỗi ghiền. Ngày nào không ngồi vào cây đờn coi như không bình thường! Dọn nhà bao nhiêu đợt, đồ đạc em bỏ hết; chỉ còn nó theo em tới cùng."

"Hồi học Art anh có dự mấy lớp dương cầm."

"Anh học ở đâu?

"Trường đại học cộng đồng," anh trả lời. "Anh khoái nhứt bài... bài gì... "tẳng tăng... tẳng tăng... tẳng tẳng tăng tăng..." mà vô intro ghi ta như vầy "tẳng tăng tăng... tẳng tăng tăng... tẳng tăng...."

"Phải bài Apache của Jerry Lordan hôn?"

"Đúng rồi, Apache. Nhưng anh không nhớ tên tác giả. Anh muốn nghe lại bản nầy."

Cương nhắc ghế lại ngồi gần Lộc nhưng ở phía sau chút xíu. Cô cột tóc đuôi gà như con nít chưa biết sửa soạn để lộ cái cổ nõn nà mời gọi. Cương sắp bị nhồi máu cơ tim!

Thời gian lắng đọng trong khi Lộc chơi. Anh ôm nhẹ ngang lưng cô và luồn tay vào trong áo. Bản nhạc chơi chưa xong, đột nhiên Lộc quay lại ôm cổ anh cười hơi run run, "Em đờn nghe được hôn?" Cương chưa kịp nói tròn câu, "Thực sự thì anh có nghe bản nầy do ai đó chơi piano và Heidrun Dolde chơi keyboard. Rồi bây giờ nghe em chơi piano anh cũng không phân biệt ai chơi hay hơn!" Anh ôm hôn cô và hai người quyện vào nhau.

"Lên phòng em đi," Lộc hổn hển nói.

■ nsh nhuận sắc 231122

vườn chim

Từ cái bàn ăn nhà bếp nhìn ra ngoài chỉ thấy bãi cỏ và cây hoa anh đào Nhựt Bổn trồng từ mấy năm nay mà cao chừng hơn khỏi đầu một chút. Chỉ khi ra ngoài cái sàn gỗ mới thưởng thức được khu vườn thiết kế theo gợi ý của một người bạn. Nguyên thủy đây là ngọn đồi nhơn tạo dọc theo cái đại lộ nối hai con đường nhỏ, một dẫn vào trường Trung học Đệ Nhứt cấp Larson và một chạy vào trong xóm Windmills. Có lẽ hồi xưa công ty xây dựng đào hầm mà không có chỗ đổ đất nên ngọn đồi nhỏ nầy mới thành hình.

Nhờ vậy ông mới biến nó thành khu vườn có hòn non bộ tân thời như ngày nay. Ban đầu, chỉ chừa một vuông đất nhỏ dành cho rau sống, ông trồng đủ loại hoa hồng cho bà xã thưởng ngoạn vì bà tên Hồng và thích loại hoa cùng tên. Sát hàng rào bên ngoài là lãnh địa của một cây táo tây và một cây mận tây - quê mình không có, và dọc theo hàng rào là giang sơn của dải dâu rừng.

Cái ao cá - không phải ao cá bác hồ của mấy đứa nhỏ bên Việt Nam - do ông bạn phụ đào mà đất lấp thêm ngọn đồi làm cái thác nước cũng do ông bạn chở đi mua đá và vật liệu. Sau khi hoàn tất, khu vườn thành một nơi vui cảnh già của ông bà mỗi buổi chiều ra ngồi trên cái sàn gỗ ngắm hoa hồng.

Lúc nầy táo và mận đã trổ bông phủ lên bức tượng hai chị em đứa nhỏ từ đó nước chảy róc rách xuống nhiều nấc đá mới tới cái hồ nuôi cá koi, trên bờ đặt một cái băng đá xi măng để cho chúng nó ăn và ngồi nhìn bàn tán trống mái và chừng nào đẻ cũng như phải úm cá con như thế nào. Phía bên trên hồ ông dựng cái giàn mướp dã chiến để coi chơi cho vui mắt hơn là kết quả thu hoạch. Gie ra phủ bóng lên hồ là tàn cây đào được treo cái lồng cho ăn sặc sỡ để chiêu dụ chim, bất kể loại nào cũng được. Hầu như không có nhiều loài khác ngoài những con bình dân nhứt. Nhưng thỉnh thoảng cũng có những con đen to lớn làm bọn chúng sợ bay tán loạn khiến ông phải can thiệp.

Ba mươi năm nay chưa bao giờ xuất hiện con chim robin mào đỏ tiêu biểu của Tiểu bang Michigan cũng như loại cây thông trắng, chỉ thấy mùa hoa táo tây và cây mận rộ nở trắng xóa mà từ lùm ấy chúng hiếm khi đậu. Nhưng từ cây thông sau nhà lô chúng sà xuống các nhánh đào trước khi dùng bữa mỗi ngày ba lần đặng ông bà trong phòng ăn thưởng thức cảnh sanh hoạt sống động của thiên nhiên bên ngoài.

Vậy mà niềm vui không kéo dài như ông bà muốn. Không biết do ông bà hay gợi ý của đứa con nào, ông bà tự cảm thấy không kham nổi bằng tiền hưu trí chưa tới một ngàn mà chi phí cho căn nhà từ điện nước ga ăn uống cho tới điện thoại cùng internet... đủ thứ. Đó là chưa kể còn phải trả tiền nợ mua nhà, thuế thổ trạch, bảo hiểm xe cộ và nhà cửa nữa, bèn bán căn nhà đi. Bà tiếc khu vườn cứ trù trừ hoài không muốn bỏ, ông hứa về nhà mới sẽ xây dựng cho bà khu vườn chim khác đẹp hơn.

Mà thật vậy, mặc dù nhỏ xíu chưa tới mười mét vuông nhưng ông trồng gần như đủ thứ hoa quả giống như vườn bách thảo. Trước khi vào hạ, bà đã ương hột ổ qua lấy giống từ năm ngoái mà cả tháng không lên dây nào. Kế đó lại bị dịch cúm viêm phổi Vũ Hán phải cấm trại một trăm phần trăm không kiếm được giống ổ qua nên ông trồng đại mấy dây bí Mỹ vào hai cái chậu lớn nhứt mà mọi năm dành cho ổ qua.

Bà than phiền, "Bầu bí không trồng trồng chi giống đó có ăn được đâu." Ông cãi vẫn ăn được theo lời của một người bạn chuyên làm bếp. Nếu không thì sao người ta vẫn bán ở chợ nhưng đối với người Á đông mình thì xào hay hầm hoặc nấu canh đều được cả. Nhìn sáu trái chừng non bắp chuối đã ngả đậm màu... màu kaki lợt cả tháng nay không lớn thêm chút nào, ông giả lả, "Bất quá nhìn coi chơi cũng vui mắt mà em." Một số hoa cái đã nở vàng.

"Có một đợt mới ra hoa nữa, ba bốn đứa con gái mà thiếu con trai. Rồi nay mai bọn nó tự sát hết."

"Anh nói gì con gái con trai?"

"Không có con trai nó sống không được, bèn tự sát. Để em coi vài ba ngày nữa mấy bông cái đó tàn hết. Cây cối hoa cỏ cũng có đực cái trống mái như động vật."

"Ờ giống như người ta. Nhưng không có đàn ông, đàn bà vẫn sống được mà!" Bà tự đắc.

"Không có đàn bà, đàn ông vẫn sống phây phây!"

Ông phản biện. "Nhưng buồn chết được!"

"Anh cho chim ăn chưa?" Bà chợt hỏi khi thấy một nhóm đậu trên hàng rào.

Như con mèo, mặc dù nhỏ vậy mà gia trưởng của cọp beo sư tử; giống chim sẻ là gia trưởng của hơn một nửa loài chim trên trái đất nầy, gồm hơn 140 họ và 6.500 loài. Ông nghĩ, bây giờ mình già nua và nghèo nàn thì vui thú với loại chim tầm thường nhứt, màu xám tro như đàn sẻ ở Sài Gòn lúc trước cũng được. Coi vậy chớ con trống cũng có chút màu mè đen trắng để dụ con mái. Sách nói bọn nầy sống có cặp chớ không trăng hoa lộn xộn. Bà xã thắc mắc hỏi rủi một con qua đời thì sao? Ông trả lời, "Chắc nó ở vậy cho đến khi có một con single parent khác mới ráp lại."

"Một đợt rồi, lúc 8 giờ, trước khi em ra đây. Em dậy trễ quá bọn nó chờ không được."

"Dậy sớm đâu có làm gì, nướng một chút."

Ông hớp một chút café xong đứng lên lấy một ca - loại ca lường gạo nấu cơm ra rải đều trên khoảng trống trong cái vòng hulahup màu xanh lá cây dưới giàn bí. Tức thì một con trực làm tiền sát viên đang đậu trên máng xối vội bay đi báo cáo rồi chừng mươi mười giây sau nguyên một đàn chừng hơn hai mươi con sà xuống. Tụi nó chờ đợi trên và trong tàn cây trước nhà ông hàng xóm chớ có đâu xa.

"Năm ngoái có tới năm chục con chớ đâu có ít. Không biết họ sợ cái gì mà cấm mình cho nó ăn," bà than phiền. Hồi đầu năm ông nhận một tấm giấy cảnh cáo từ Văn phòng Condos Wexford, bắt phải tường trình vì có ăng ten mật báo. Ông nói trớ có cho ăn thực phẩm của nó trong cái cái lồng thức ăn nhưng tới vụ cúm corona tàu không mua được nên thôi. Ông dẹp rửa cái lồng đem cất rồi lén cho ăn trên sân gạch nhỏ sát thềm. Phía ngoài lối đi, ông che nhiều chậu hoa; lúc trước thì huệ tây, thược dược, và mẫu đơn, còn bây giờ thì vạn thọ cùng với nhiều loại cúc đủ màu để từ trong nhà nhìn ra thấy đàn chim xuống ăn mà người đi ngoài đường không biết.

"Anh coi kìa con chim đút mồi cho nhau." Bà Hồng vui vẻ nói.

"Cũng tình quá hả!" Ông đáp lời. "Con mập bụng bự lưng có sọc nâu nâu đang rung rung cánh là con mái, còn con kia ngực trắng đen lớn hơn một chút là con trống."

"Tự nó mổ ăn được mà đợi đút!" Bà cười.

"Coi vậy chớ nó cũng khôn," ông nói khi quan sát con trống mổ ăn hai ba hột rồi mới mớm cho con mái một lần.

"Khôn như anh vậy."

"Cũng biết nhõng nhẽo há," ông nhìn bà, lờ đi câu bình phẩm. "Cũng như con gái thường hay nhõng nhẽo với con trai vậy mà. Phái đẹp có cái quyền ưu tiên đó."

"Chim nhà không chăm sóc mà chỉ lo nuôi chim trời," bà cười nhìn ông.

Trong thâm tâm ông tự trách tạo hóa bất công.

Dù nhan sắc bên ngoài có vẻ già trước tuổi nhưng ông còn rất khỏe; đi đứng cứ như người năm mươi và làm việc lẹ làng như trai trẻ. Ông đâu có nằm liệt giường như những người bị tai biến mạch máu não vậy mà mấy năm nay thằng nhỏ bất hiếu không còn nghe lời ông nữa. Tánh khí nó bất thường lắm lúc nắng lúc mưa muốn làm thì làm muốn nghỉ thì nghỉ không còn kỷ cương gì nữa!

Bỗng nhiên đàn chim vụt bay đi mất. Thì ra có tiếng chiếc xe rác từ ngoài đường lớn chạy vào.

"Bữa nay lấy rác hả?" Bà nhìn ra đường.

"Sao em biết?" Ông hỏi lại.

"Thấy bà già đứng ở ngoài."

"Bà già nào?"

"Bà giáo bên kia đường."

Bữa nay bà mặc toàn đen, *lady in black*, đứng chỗ cột đèn chờ xe đổ đồ tái chế tới. Trăm lần như một cứ đến ngày thứ Năm vào giờ đổ rác là y như rằng bà già có mặt tại chỗ nầy. Anh nhơn viên da đen mở nắp màu vàng trao cho bà rồi bưng thùng đổ vô xe, xong anh nầy quay lại nhìn bà rồi đưa cái thùng màu xanh nước biển có in chữ Troy Michigan và hàng dưới ghi *Troy Residents Recycle*.... Ai cũng nghĩ có lẽ bà sợ nhơn viên quăng thùng tứ tung phải đem vô rửa lại hoặc bà sợ mất. Thấy bà nói gì đó với anh công nhơn da đen, chắc là cám ơn.

Khi nào mình bỏ những thứ bậy bạ không đúng thì nhơn viên dán một tờ giấy nhỏ kể tên những thứ tái chế là giấy, hộp nhôm thiếc, chai lọ thủy tinh.... Bà Hồng để ý thấy trong xóm nầy chỉ có ba nhà - nhà bà và nhà kế bên cùng bà giáo già bên kia đường là có lựa đồ tái chế. Ngoài ra số còn lại đều dồn tất cả mọi thứ vào thùng rác cho tiện. Bà Hồng thường nói, "Đa số người ta không ý thức. Đồ nhựa phải cả trăm năm nó mới tan được, rất có hại cho môi trường."

"Coi bả còn khỏe, không biết bao nhiêu?" Bà Hồng hỏi.

"Lớn hơn anh một tuổi."

"Sao biết lớn hơn anh một tuổi? Tâm sự vụn hả?"

"Bả nói. Bây giờ về hưu rồi chớ hồi trước làm cô giáo." Ông lờ đi câu thắc mắc của bà.

Chừng nửa tiếng đồng hồ sau chiếc xe khác giống y chang chạy đến nhưng kỳ nầy là xe đổ rác. Hai chiếc cùng một công ty giống hệt nhau chỉ khác ở chỗ đối tượng việc làm: rác rến và đồ tái chế. Mỗi khu vực quy định ngày giờ khác nhau đặng tránh trùng lấp. Lúc trước, chỗ để rác ở hai bên ngay gốc trụ đèn, so le nhau để tiện cho xe chạy vô lấy bên phải và lúc ra lấy bên trái rồi đi luôn. Nhưng dần dà rồi hầu như căn nào cũng đem ra để trước nhà mình gây bất tiện cho xe đổ rác vì nó phải dừng lại từng khoảng cách rất ngắn.

Chiếc xe đi qua một hồi lâu thì bọn nhỏ mới quay trở lại. Có mấy con trước khi đáp lên bãi đang đậu trên giàn bí ngó xuống. Từ hồi ông dựng cái giàn dã chiến lên là gây khó khăn cho bọn chúng. Lúc trước bãi trống đáp tự do đông tây nam bắc; bây giờ chỉ còn ba hướng. Hướng thứ nhứt bay qua sắp hàng trên máng xối ngó quanh quất rồi mới đáp xuống. Hướng thứ hai đậu trên giàn bí như đã nói ở trên, còn hướng chót là thông qua trạm chuyển tiếp trên hàng rào rồi theo lỗ trống giữa cây bông bụp và chậu dây bí phóng xuống.

"Bí còn trái nữa hôn?" Bà hỏi.

"Thấy còn nhiều bông mà không biết có kịp hôn. Gái nhiều hơn trai. Trai thiếu gái thừa."

"Mới giữa tháng Chín mà."

"Nhưng lúc nầy sáng ra trời hơi mát rồi, chừng sáu mươi mấy bảy mươi độ."

"Trái thứ sáu lớn gần bằng năm trái kia rồi. Trồng trong chậu thì chắc vậy thôi chớ không lớn nữa đâu. Ngoài chợ nó lớn gấp rưỡi." Ông nói.

"Trồng để coi chơi cũng vui!"

"Tiếc là thược dược và mẫu đơn tàn sớm chớ nếu còn chung sống với các loài hoa khác còn vui mắt hơn nữa."

Năm nào cũng trồng hai loài hoa đẹp nầy với cái tên tây mà mãi tới năm nay ông mới biết tên Việt Nam của nó. Mặc dù sách về hoa nói nhiều màu nhưng theo ông biết thì ở vùng nầy chỉ có loại mẫu đơn màu trắng trinh nguyên thôi, cũng như có hàng trăm loại thược dược mà loại ông trồng màu tím ngả hồng tía - không biết tả là màu gì cho đúng. Lúc trước, sau khi nó ra bông đợt một ông tưởng hết rồi đem ra để chung với luống hoa trước nhà đợi tới mùa đông sẽ dọn dẹp, không ngờ sau chừng nửa tháng mươi ngày nó lại nhuốm hoa mới, bèn đem vô lại thì nó nở đợt hai. Nhưng tới hạ tuần tháng Tám thì vĩnh viễn ra đi chỉ còn để lại ít vết tích cho tới mùa lạnh. Bên cạnh là cây huệ tây còn vài bông đỏ điểm tô vườn hoa.

"Nè! Hết chỗ đậu sao nhè bông huệ người ta mà đậu? Nó yếu xìu coi chừng gãy bây giờ." Bà Hồng phản ứng ngay khi một con sà xuống đậu lên bông huệ. Mùa nầy huệ tây chỉ còn lẻ tẻ vài bông chắc cầm cự được tới đầu mùa thu thì cũng ra đi. Phía dưới chân nó là cây mâm xôi năm nay tuyệt tự cũng như cây bông bụp lấy giống từ nhà cô Lành về. Còn một loại bông bụp khác nữa có ba màu hồng trắng đỏ, trồng mấy năm rồi mà mùa nầy cây phía trước nhà không trổ bông. Chỉ cây màu hồng trong vườn cao vượt khỏi hàng rào cho hoa sum suê được coi như chủ lực của khu vườn nầy và làm chỗ chuyển tiếp cho đàn chim.

Sẵn dịp, bà Hồng nói loài chim nầy sống từng bầy và có cặp chứ không nhảy rào. Chắc cũng có luật lệ hay đạo đức riêng của nó mà mình không biết. Mà mỗi lần như vậy bà trách ông không chung thủy bằng loài chim sẻ. "Coi vậy chớ đâu phải vậy!" Ông phản biện bằng khoa học thực nghiệm. Các nhà khoa học xét nghiệm gene di truyền bằng phương pháp DNA cho biết nhiều khi một ổ hai ba trứng do một mẹ đẻ ra mà không phải cùng cha. Do đó, họ kết luận bọn nó không chung thủy như người ta tưởng đâu.

Ngoài ra, nói về cuộc sống thì mỗi năm một cặp đẻ

bốn lứa, mỗi lứa chừng một hai tới năm con. Trứng của nó màu mè lắm, ấp chừng mười lăm ngày nở ra chim con chưa mở mắt nhưng liền biết hả họng đợi cha mẹ mớm mồi. Vậy mà chừng nửa tháng sau chim non có thể tự lực cánh sanh không còn biết cha mẹ là ai. Chim trống tìm rơm rác cỏ khô đem về làm ổ ở những nơi kín đáo và an toàn như dưới mái nhà hay gầm cầu hoặc cả trong buội cây để dụ chim mái. Em nào chịu thì góp một bàn tay xây dựng tổ uyên ương.

Tại vì cái nguyên do người ta đồn mạnh sinh lý nên gây ra không biết bao nhiêu thảm họa cho *nhơn loại của chúng* mà những ai từng trưởng thành ở quê mình không thể không nghe hay không biết. Cái tập quán truyền khẩu nầy không những do đàn ông mà phần lớn là do các bà bày đặt ra để hưởng lợi, chỉ xảy ra trong từng lớp rủng rỉnh xu hào chớ dân lao động chân tay nghèo hầu như không biết. Trước khi dùng bữa chánh bao gồm chim sẻ rô ti, cánh nam nhi phải khai vị món huyết chim sẻ hòa rượu đế. Không biết thực hư ra sao nhưng người ta đồn bữa đó thế nào chim nhà cũng được quan tâm và chăm sóc tốt hơn mọi khi.

Một tù nhơn chánh trị Việt Nam kể chuyện cho chim ăn hồi mới bị bắt giam ở Phan Đăng Lưu - tên nầy chắc cũng là hung thần côn an Việt cộng nên mới được lưu danh trong ngành hắc ám. Nó kể khi được cai tù mở cửa xà-lim cho ra ngoài hóng nắng, đàn chim dạn đến mức tới bu quanh mổ đồ ăn trên tay mình. Ở quốc gia cầm thú, nhứt là thú cưng được nâng niu như trứng mỏng mà hể nghe lớn tiếng hoặc ho một cái là bay đi mất, chẳng bằng ở cái xứ người ta ăn thịt bất cứ con gì nhúc nhích, thậm chí chết rồi còn bị đem về nhà bếp, mà bọn chúng dạn quá - tại đói ăn chăng! Vậy tại sao không đề cao cảnh giác mà lại để bị lưới bắt chết chùm?

Hồi nhỏ ở quê nhà ông có đi theo người lớn bẫy chim sẻ. Họ dùng hai cái lưới đóng khung bằng nhau hình chữ nhựt bề dài cỡ chừng hai ba thước bề ngang nhỏ hơn một chút. Một tấm đóng cố định xuống đất, bên trong rải một ít lúa, ở giữa cột hai con chim mồi cho nhảy tự do mà không bay đi mất được. Giữa chiều dài khung kia cột sợi dây dài kéo tới chỗ núp chờ đợi tới khi bọn chúng xuống đông họ nghĩ là tối đa mới giựt nhanh thì nó ụp lại nhốt chim ở giữa. Khi đã cộng nghiệp chết chùm thì đây là lúc chúng tùy theo biệt nghiệp mà phân tán đi nhà hàng để trước sau từ giã cõi đời; đứa nào chưa tới số thì đi chùa để được phóng sanh.

Chuyện nầy ông cả gan dám chống lại bà mặc dầu tất cả mọi thứ ông đều chiều theo để bà vui. Khi nào mình thấy hay bắt gặp con vật bị bắt ăn thịt hoặc đem bán mà mua lại rồi thả cho nó về đời sống thiên nhiên thì mới là phóng sanh. Đàng nầy vô tình hay cố ý khuyến khích người ta đánh bẫy đem bán cho mình - cá chậu chim lồng. Rồi mình đem vô chùa đợi ngày rằm mùng một hay lễ lộc gì đó cho sư tụng kinh ban phép lành rồi thả, đa số ngất ngư bay không nổi thậm chí có con chết trong lồng mà ông đã chụp hình được làm bằng chứng đặng bà khó chối cãi nhưng bà nhứt định không chịu thua mà cho rằng ông bôi bác.

Ông nói dù như thế cuộc sống của nó cũng không chắc thọ. "Mặc dầu chim trời sống tự do nhưng nguy cơ bị bắt bất cứ lúc nào. Coi vậy chớ sanh mạng nó cũng bị rình rập ở mọi nơi mọi lúc." Tất cả các hành động bạo lực con người đối với xử với nhau đều học từ loài chim muông thú vật. Chẳng những như thế, loài người thế kỷ hai mươi mốt còn tiến bộ hơn loài thú ở chỗ biết dùng mánh lới và ru ngủ nữa. Trong rừng có luật rừng, dưới nước cá lớn nuốt cá bé, trên trời thì mạnh được yếu thua.

Bà còn thương cảm nhắc lại cảnh mấy bữa trước, "Hôm nọ có một con lớn xuống bắt được một con sẻ của mình rồi đứng trên hàng rào ăn sống tại chỗ khiến đàn chim chạy tán loạn luôn. Em mở cửa ra định đuổi thì nó mới bay đi."

"Ở đây ít thấy loại chim lớn chớ sâu trong những khu rừng nguyên sinh loại đó nhiều lắm. Bọn nó ăn thịt lẫn nhau: con lớn đớp con nhỏ, con mạnh dứt con yếu." Ông nói coi mấy cái video clips người ta đưa lên Youtube hoặc phim của National Geographic Channel thấy hãi hùng lắm. Nó bắt cả nai con, chó sói, sơn dương, và nói chung những con thú nặng ký hơn nó. "Có năm nào báo đăng nó bắt cả con nít. Cũng may người ta gí dữ quá nên nó bỏ lại. Hãy tưởng tượng nó mổ ăn thịt sống một đứa con nít coi kinh hoàng cỡ nào!"

Trong cái sở thú nhỏ nầy ngoài đàn chim được xem như là lực lượng cơ hữu, còn có hai con mèo, một con chuột, một con *possum* - ở quê mình không có loài nầy, và hai con sóc nữa, coi như tăng phái hoặc khách vãng lai lâu lâu mới tái xuất một lần. Thân thiện với đàn chim là hai con sóc - chắc không phải vợ chồng, vì một xám một đen ít khi thấy xuất hiện cùng lúc. Bà Hồng hay than phiền bọn nầy phá quá, chậu nào cũng đào bới kiếm ngũ cốc; cà chua thì hái ăn thử không thấy ngon nên bỏ tùm lum; còn cà rốt thì chẳng hề mó tới. Nhưng bà lại khen cái đuôi của nó dài xù và đẹp, nhứt là lúc nó giũ giũ nhảy nhót trên giàn bí.

Mèo cũng có một cặp nhưng chẳng phải đào kép hay vợ chồng gì. Một con màu xám, còn màu con kia rất lạ không đen cũng chẳng xám chưa hề thấy khi ở quê nhà, giống màu đất chớ không phải mun. Sách nói nó là tổ phụ của loài bốn chơn ăn thịt như cọp beo sư tử v.v.... Môn khoa học thường thức tiểu học nói nó không có xương bả vai nên nhảy từ trên cao xuống đất không bị lộn cổ. Ở đây mèo chó là thú cưng người ta nuôi trong nhà cho ăn thực phẩm *tiền chế* riêng. Ông nghi hai con nầy là mèo hoang vì nhiều lần ông phát hiện nó đang rình tính chụp đàn chim của ông.

Thỉnh thoảng ông mang đồ ăn mặn còn thừa ra *thăm nuôi* để dưới gốc cây thì sáng hôm sau mấy cái chén nhựa sạch sẽ. Vẫn không biết mèo hay chuột thanh toán nhưng có một buổi tối con chuột mò ra. Sau khi con chuột làm hang giữa hai tấm đan xi măng trước nhà chết đi thì tự nhiên thấy xuất hiện một con thú màu tóc hoa râm giống chuột mà không phải chuột, nhưng chắc là thuộc gia đình nhà chuột mà bọn nhỏ sưu tầm trên internet nói là con possum. So với chuột, mõ nó dài hơn và trông dữ dằn hơn. Nó lên xuống hang con chuột, có phải nó là bọn cướp trong rừng ra cướp nhà và đuổi con chuột lên vùng kinh tế mới nên đã chết bờ chết buội? Vậy mà nó cũng chỉ xuất hiện một hai lần rồi biệt tin.

"Cả tháng nay đâu còn thấy nó." Mặc dù sợ nhưng bà cũng nhớ nhớ.

Tới thượng tuần mùa thu thì khu vườn mất đi hai thành viên dễ sợ có thể mang lại bịnh dịch cho loài người. Nhưng cho tới nay mọi sự vẫn bình an. Sáng sáng ông bà Hồng - người ta không biết tên ông mà gọi ông theo tên bà - ngồi tại quầy nhà bếp vừa nhâm nhi cafe vừa thưởng thức khu vườn nhơn tạo sau khi rải gạo cho đàn chim. Ngoài đám nầy cũng còn hai con mèo lâu lâu tới kiếm ăn và hai con sóc thỉnh thoảng tới chơi nhảy nhót trên giàn bí, tàn gần hết nhưng ông vẫn còn để trái xem cho vui mắt đợi tới khi lá tái mới cắt đem vô nhà.

Vườn bách thảo mini chỉ còn lại vài buội hồng sát vách bên trái lối đi, hai chậu hoa phong lữ màu đỏ tươi sống chung với mấy chậu vạn thọ cùng với chậu cúc vàng; các chậu ớt hiểm đã thu hoạch cùng với mồng tơi xanh tím mới ngày hôm qua. Bông thược dược duy nhứt còn sót lại chỉ mới hé một lớp ngoài màu tím chắc không kịp trổ hết. Trên giàn xa bên ngoài cây bông bụp là dây bầu ông vẫn để cho có màu xanh không còn đơm bông trắng.

Trời đã trở lạnh. Cũng không còn ong với bướm lượn quanh. Ông hái một bông hồng duy nhứt vô tặng bà.

"Em cảm ơn anh. Anh gãi lưng giùm em đi. Ngứa

quá!" Bà mời gọi.

"Dà, để anh gãi cho. Phía sau lưng mình với tay đâu có tới. Bọn tàu cũng hay, làm cây gãi lưng bằng tre bán sang Mỹ ba đồng một cái."

"Nhưng gãi bằng cây tre đâu có phê!" Bà cười mơn trớn.

Ông đứng lên nhìn vào lối đi từ ba phòng ngủ - mà hai là của hai đứa cháu đối diện với phòng của ông bà - ra chỗ bàn ăn, xong vòng qua sau lưng bà. Cái áo bông màu hoa cà tím lợt cổ rộng để lộ một phần lưng từ ót xuống trắng muốt. Ông vén mớ tóc hoa râm chưa khô lên. Thời gian sau nầy bà không còn nhuộm đen tóc nữa mặc dù cô con gái cứ nhắc nhở hoài. "Già rồi. Có đi đâu nữa mà nhuộm cho mất công."

"Em mới tắm hả?"

"Anh nghe gì hôn?" Bà không trả lời thẳng câu hỏi.

"Phải em muốn nói mùi xà bông Zest?"

"Đúng rồi. Mùi nầy rất dễ chịu em thích lắm." Bà trả lời rồi lại khen, "Anh hay ghê, gãi quá đã!"

"Phê hả? Anh hay lắm đó."

Ông bắt chước thằng cháu khi được hỏi nó hay nói rằng, "Hudson hay lắm, Hudson mạnh lắm..." Rồi ông hun lên gáy bà một hồi lâu. Xong ông thò tay vào chỗ vai trái của bà. Vừa gãi ông vừa kể chuyện thuở học trò trung học. Hồi đó thằng Song học Trương Vĩnh Ký ở Sài Gòn thi rớt tú tài một trở về học đệ nhị chung với đám nầy từ đệ tam lên, nhơn cha nó mới đảm nhận chức Quận Trưởng tại đây. Bữa tối nọ không biết có hẹn trước hay không, nó ghé phòng trọ con Trang đấu láo chơi. Con Trang nói bị cảm hỏi nó có biết cạo gió không nó nói biết mặc dù chưa từng làm bao giờ. Con Trang đưa chai dầu cù là với một đồng xu dạy nó.

Nhưng mở cái khóa áo lót sau lưng thì con Trang không cần dạy nó cũng đã thuộc bài. Lúc đầu nó cũng thùy mị đoan trang nhưng từ từ nó cạo luôn phía trước...

"Con nhỏ mời gọi chớ đâu phải ngu," bà nói. "Đàn ông con trai cứ tưởng mình là kẻ chiến thắng."

Bên ngoài chim đã về ổ hết. "Giờ nầy chắc bọn nó đi ngủ hết rồi."

"Chim nhà bỏ bê cứ lo chim trời không hà!" Bà nhắc lại.

Ông đỡ bà đứng dậy:

"Thôi đi vô. Bây giờ anh phải chăm sóc cho chim nhà đây!"

■ nsh-211109 nhuận sắc 231122

hai phía mặt trời

1

Tiểu bang tập trung ba hãng xe lớn nhứt mà sập tiệm cùng một lúc thì chả trách tình hình kinh tế ngày càng suy sụp. Đến nay chánh phủ nói nó bắt đầu lên lại, mà có ai thấy nó lên chút nào đâu như "nòng pháo không vươn lên trời cao" của ông lúc nào cũng xìu xìu ễnh ễnh. Lúc làm ăn được, mấy đứa con thỉnh thoảng đút nhét khi năm chục khi một trăm lây lất qua ngày tháng. Lương hưu non của hai ông bà chỉ đủ trả góp cho nhà băng và trang trải chi phí tiện ích trong nhà thì bà có ý nghĩ cho mướn cái phòng của ông với điều kiện "phải nam độc thân chớ không được nữ!"

May thay có người đáp ứng liền. Ở một tiểu bang miền đông, sau khi ly dị với bà vợ cũ sống với nhau mấy mươi năm, ông Ngân ở vậy được một thời gian ngắn rồi bước thêm bước nữa với một người bạn gái mà không kết hôn. Ba năm chắc là thời gian quá đủ cho một cặp tình nhơn nên cuối cùng đường ai nấy đi. Nếu không bị thất nghiệp thì chưa chắc ông chịu di cư sang cái tiểu bang buốt giá gần năm tháng nầy. Đó là nhờ thằng rể cả xin cho vào làm chung hãng và ông ở với đứa con gái còn đi học.

Mấy năm sau đứa con gái nầy lấy chồng rồi say mê duyên mới ở California, nơi người chồng vừa đậu phỏng vấn việc làm thì ông dọn sang tá túc với vợ chồng đứa con gái lớn. Nó làm neo tám chín giờ tối mới về tới nhà mệt nhoài phè ra đó chẳng màng nói tới ai. Thằng chồng tan sở từ bốn giờ chiều không biết làm gì bèn đàn đúm nhậu nhẹt với bạn bè. Ngày nào cũng như ngày nấy, ông Ngân sáng đi làm thật sớm, chiều về thui thủi một mình; rồi lâu lâu về Việt Nam chơi một chuyến.

Sau khi hai nước tái lập bang giao thì có phong trào nhiều người về xứ lập gia đình. Lúc đầu thì đàn ông ở đây ế vì không đạt yêu cầu ngày càng cao của giới phụ nữ nên lấy vợ Việt Nam cho chắc ăn. Sau đó, người Việt mình phát minh sáng kiến kết hôn giả lấy tiền. Chẳng cứ làm lao động chân tay, giới trung trung - thậm chí kỹ sư, mà muốn dư năm mười ngàn không phải là dễ, huống hồ tới ba mươi mấy hay hơn. Thử thời vận một phen có khi hên thì cơm no bò cỡi!

Trái lại, ông Ngân thì tính làm ăn thiệt nhưng vợ chồng đứa con gái cho rằng ông bị lừa, bị lợi dụng moi của, và bị mượn đò qua sông, nên mướn thám tử tư về điều tra tận nguyên quán và chỗ ở của cô dì ghẻ và của người chồng cũ của cô. Ngoài cái chuyện ém nhẹm tất cả thơ từ của cô ấy từ Việt Nam qua, suốt ngày hễ gặp mặt là vợ chồng nó nói tỏi nói hành riết ông chịu không nổi sanh rối trí trông cứ như một con người không bình thường.

Ông Can không nhớ là đã quen với ông Ngân nầy hồi nào nhưng ít nhứt chắc cũng vài ba năm. Thỉnh thoảng hai người gặp nhau ở trung tâm cộng đồng trong tiết mục khi thì văn nghệ quần chúng khi thì hoạt cảnh người thương phế binh. Nhỏ hơn sư huynh đúng nguyên một con giáp, ông Ngân nói rằng ông mến mộ tài năng và tư cách đồng thời xem ông Can như một người anh kết nghĩa vậy.

"Em gặp nhiều người nhưng em không nể." Ông Ngân tâm sự thiệt tình.

"Nhưng tôi có gì đâu mà nể?" Ông Can ngạc nhiên.

"Anh cho em những lời khuyên nhớ đời."

"Lâu quá tôi không nhớ," ông Can nói. "Đâu cho thí dụ thử coi."

"Anh khuyên em trong bất cứ hoàn cảnh nào cũng phải vui vẻ lạc quan!"

"Do kinh nghiệm bản thân, nên chuyện nào mình làm không được thì đừng quá mất thời giờ, hoặc nói mà không hiệu quả thì đừng nói." Ông Can nhớ lại có lần góp ý, "Con cái lớn lên ở đây nó có nhơn sinh quan riêng của nó."

Quan tâm chuyện tình duyên gia đạo của người bạn, một bữa ông Can lên tiếng:

"Mà tôi hỏi thật là chú có thiệt tình yêu cô ấy hôn?"

Ông Ngân thề bán sống bán chết là yêu hết mình, "Hơn nữa, tụi em quen biết từ hồi cô ta còn nhỏ ở dưới quê."

"Chuyện của mình thì mình quyết định chớ không để người khác quyết định thay cho mình," ông Can cố vấn. "Kẹt thì dọn tới nhà tôi ở. Còn một phòng trống trên lầu."

Ông bà Can mua căn nhà nầy là do ý kiến của con cái chớ thật ra lương ba cọc ba đồng của ông bà không kham nổi. Các anh chị hứa sẽ chung nhau trả tiền nhà băng.

"Ba má chỉ lo phần điện nước ga phôn và ăn uống thôi."

"Rồi lúc tụi bây đi hết tao lấy gì trả?" Ông bà phân vân.

"Không đi đâu. Tụi con ở với ba má tới già!" Các con của ông bà đồng thanh nói như thiệt.

Biết các anh chị nói cho qua nhưng ông bà nghĩ ở nhà cao cửa rộng cũng sướng. Đi làm về từ xa nhìn thấy cái mặt nhà dựng cao chót vót lẫn trong chòm cây phong như chóp đỉnh nhà thờ thì lòng đã khoan khoái và bao nhiêu mệt mỏi tiêu tan hết. Mai mốt con cháu đông chúng nó về chơi thoải mái hơn ở chung cư nhiều. Lại thêm cái bãi cỏ rộng mênh mông đàng sau nhà, cả hai đội banh tha hồ mà chạy nhảy. Qua cái cửa bằng nhựa cứng màu trắng ở bên hông vòng qua phía trước đi trên con đường lót gạch thẻ là người ta đến bãi đậu xe ba lối rất hiếm thấy ở những ngôi nhà bình thường.

Chỗ cửa chánh đi vô có mái che mưa nắng bao quanh bằng lan can mà trên thành trồng hoa nở suốt ba mùa. Những ngày mát trời, chủ nhơn cùng bè bạn có thể ngồi uống cà phê và đấu láo. Nếu không muốn tụ tập ở ngoài vì sợ hàng xóm dòm ngó thì khoảng không gian cao vút sáng trưng trên nóc phòng khách khiến cho người ta có cảm tưởng như vòm nhà lộ thiên. Nhà bếp dính liền với phòng sanh hoạt gia đình còn rộng hơn căn phòng ông trọ học hồi xưa. Từ chỗ sanh hoạt đến phòng khách phải qua cái lối đi rộng chạy ngang cửa xuống từng hầm và chơn cầu thang.

Bước lên cái cầu thang hai mươi bậc bẻ đôi bằng gỗ cây sao đánh bóng dẫn lên lầu người ngoài mới biết căn nhà có bốn phòng. Vợ chồng con cái anh con trai ở một phòng. Riêng hai đứa nhỏ như dân du mục rày đây mai đó, nếu không với cha mẹ thì con gái ngủ với bà còn con trai thì với ông. Dĩ nhiên, tự nhận là chủ gia đình bà ngự trị trong phòng lớn nhứt vì hai cái tủ mới đủ chứa quần áo của bà, và nhứt là có nguyên một cái nhà vệ sinh và bàn trang điểm trong đó.

Nằm hai bên cái nhà tắm là phòng của ông chủ hết thời và của cô con gái út độc thân. Nhưng từ ngày cô đi lấy chồng, căn phòng của cô bỏ trống, dùng làm cư xá vãng lai cho khách phương xa. Và cũng từ ngày chứng bịnh của bà trở nặng, ông tự giác - dĩ nhiên với sự đồng ý của bà - kê thêm một cái giường chiếc nữa trong phòng bà đặng đỡ đần những khi tối lửa tắt đèn. Phòng riêng của ông trở thành cái thư viện bỏ hoang, có khi cả tháng không ai lui tới, làm ổ cho bụi bám nhện giăng.

2

Khi biết tin ông bà sẽ cho người ta *se* cái phòng nầy, anh con trai lớn hỏi:

"Ba quen chú Ngân lâu chưa?"

"Chừng vài năm." Ông Can mập mờ.

"Ba biết rõ tư cách người nầy hôn?" Anh cảnh giác.

"Tương đối thôi," ông thật thà trả lời người con trai.

"Chính mình chưa chắc hiểu mình hết thì làm sao biết người!"

"Hồi xưa ông nội nói gì ba có nhớ hôn?" Anh con trai lại nhắc.

"Nói gì?" Ông ngẩn người.

"Không đem bạn về nhà ở."

"Ờ! Nhớ rồi." Quả thật thì ông thân sanh có dặn nhưng ông nghĩ chắc tại có nhiều kinh nghiệm đắng cay nên ông cay đắng với mọi người.

"Thương thì giúp kiếm việc làm thôi." Con trai ông tiếp.

Là người con gần áp út trong quân số hơn một tiểu đội gồm hai dòng, mà ông Can thuộc dòng sau nên không biết lúc trước ông già có bị sốc vì hệ quả của cái chuyện chứa chấp bạn bè không mà ông đưa ra một danh ngôn thiếu tinh thần nhơn bản lại chắc chắn như đinh đóng cột, “Tuyệt đối không đưa bạn về nhà nuôi!”

Nhưng ông Can hết ý kiến:

“Ngộ biến phải tùng quyền. Sống eo hẹp quá má bây chịu hổng nổi!”

Anh con trai làm thinh không dám nhìn ông. Vợ chồng anh chị không dư giả gì mà trợ cấp cho cha mẹ. Ngoài ông bà già nhạc già yếu phải nuôi nấng, một đàn con đang tuổi lớn ăn như tằm ăn dâu và còn phải lo đủ thứ chuyện trên đời. Ông bà già ruột vô phước không có anh chị nào nhiệt tình và khá giả có thể cáng đáng nổi một đại gia đình như thế nên cuối cùng những bàn luận chỉ là câu chuyện trà dư tửu hậu.

Lúc đầu ông định cho mướn cái phòng trống của cô con gái nhưng bà không bằng lòng:

“Để yên đó đặng có khi tụi nó về ở qua đêm cho tụi nó ngủ, hoặc là dành cho khách khứa bạn bè ở xa tới.” Ông nghe có lý, mà cho dù không có lý ông chủ mạt vận cũng phải nghe vì bà hay tự đắc nói câu tiếng Mỹ “Ladies first!”

Chừng như câu nầy chưa đủ mạnh để đánh gục ông, bà thêm:

“Nói cho ông biết, đàn ông ở đây còn đứng sau con chó nữa nha!”

Ông làm thinh vì từ khi trở thành triết gia ông không coi những lời lẽ như thế là xúc phạm nữa.

Ông Can phải mất một ngày trời để dọn dẹp cái thư viện cá nhơn cho ông Ngân ở. Sách vở lại chuyển xuống từng hầm cùng với bao sách vở khác đang nằm im ngửi bụi thời gian từ bao nhiêu năm nay, có lẽ từ ngày gia đình ông mới dọn về. Ông leo lên trần nhà chuyền dây cáp Ti Vi cho ông bạn xem truyền hình khi nằm tại cái giường nệm ở góc trong. Bên cạnh ngay đầu giường, ông còn kê cái bàn viết loại đặc biệt để máy vi tính cho ông bạn tập tành lên mạng.

Qua vuông cửa sổ hướng về phía mặt trời mọc, ngồi tại bàn viết chẳng những có thể quan sát suốt đoạn đường vào trong xóm, mà còn có thể đếm cả xe cộ chạy ngoài đường Long Lake, mà mỗi sáng bà Can thường đi bộ tập thể dục chữa cao máu theo lời khuyên của bác sĩ nữa. Lúc sau nầy bà Can thay đổi thời khóa biểu, bảo buổi chiều đông người đi thì an toàn hơn, "Đọc báo thấy nhiều chuyện bắt cóc, hãm hiếp, rồi giết người để bịt miệng nghe phát lạnh mình!"

Đâu lưng với phòng nầy cách cái cầu thang, phía bên kia là phòng của bà Can nhìn về hướng mặt trời lặn qua hàng thông dọc theo con đại lộ dẫn vào ngôi trường trung học đệ nhứt cấp. Từ cái cửa sổ che rèm tua màu xanh nước biển lợt nầy, ngày ngày bà Can có thể nhìn thấy một ông Ngân khỏe mạnh đi bộ vào trường học. Không nhanh nhẹn đến lụp chụp như chồng bà, dáng đi của ông Ngân khoan thai nhẹ nhàng như của người nghệ sĩ. Mà ông Ngân là nghệ sĩ thiệt: Ông biết đờn hát, chớ không như chồng bà chỉ giỏi lầm lầm lì lì rồi khi đụng chuyện thì la lối.

Ông tự biết nóng nảy lớn tiếng là cách đối xử của người thiếu văn minh nhưng không kềm chế được. Người ta nói đa số những người ở tù lâu năm nếu không mất trí thì thế nào cũng đổi tánh. Ông sui của ông Can ra tù tự nhiên lo tu thiền khiến cho bà xã cám treo để heo nhịn đói từ những ngày còn xuân sắc. Riêng ông Can thì còn gỡ gạc chút đỉnh nhưng vì súng sét lâu rồi không xử dụng nên thỉnh thoảng mới bắn được một phát, còn toàn là đạn lép!

Người ta không biết lúc trẻ vợ chồng sống như thế nào nhưng thời gian gần đây hai ông bà ngày càng như mặt trời mặt trăng. Thầy bói nói tuổi hai ông bà xung khắc nhau - thời chinh chiến chơi trò súng đạn mà ông không chết là cao số lắm - nên ông trông già trước tuổi, còn trái lại bà càng ngày càng trẻ ra nên người ta không nghĩ bà đã sáu mươi. Nhìn bà vợ mơn mởn đào tơ mà lòng ông ngậm ngùi cay đắng, biết chỗ trách mà nếu có trách cũng chẳng ăn thua gì nên phó mặc cho dòng đời xuôi chảy.

Nhưng dòng đời đâu có chảy xuôi cho ông yên phận.

Từ ngày qua Mỹ, bà bị chứng bịnh không thể làm thinh trước bất cứ câu nói nào của ông. Đổi đời lần trước lâu rồi có thể bà quên, nhưng cuộc đổi đời lần nầy hãy còn nguyên là chuyện thời sự sờ sờ trước mắt. Đâu phải cảnh vợ già chồng trẻ, bà nghĩ nếu bà không phản pháo là mình chịu lép vế, là mình thua đàn ông, "Phụ nữ ở Mỹ chớ đâu phải đàn bà Việt Nam cổ lổ sỉ."

Người ta nói đa số đàn bà ở Mỹ là thầy cãi, mà

nếu không là thầy cãi thì cũng là diễn giả. Còn ông bận bịu nhiều việc phải làm mà vì bà không phải người hồng nhan tri kỷ nên ông không tiện tâm sự.

"Làm cái gì mà cứ ngồi bàn viết hoài?" Bà hỏi khó.

Ông không trả lời. Bà ấm ức tiếp:

"Chữ nghĩa bao nhiêu mà cứ viết hoài?"

Ông cười nói một mình:

"Chữ nghĩa không đầy lá mít!"

Nhưng bà đâu có lảng tai:

"Không đầy lá mít mà làm như hay chữ. Người ta cử nhơn tiến sĩ cũng không có vậy! Cử nhơn Tiến sĩ cũng phải phụ vợ rửa chén trong khi vợ nấu cơm."

"Chuyện nầy đã nói nhiều lần là anh sẵn sàng làm nếu em nghe anh." Ông chậm rãi trả lời.

"Nghe sao?" Bà hỏi gặng.

Ý của ông là ly tách không được để chung với chén bát sợ dính dầu mỡ. Từ lâu rồi ở Mỹ cái chậu rửa chén nhà nào cũng có hai ngăn. Máy xay gắn bên phải hay bên trái tùy người. Đồ dơ thì tráng sạch sẽ bỏ ngâm nước chừng nào muốn rửa thì rửa. Trừ những gì cứng phải lấy ra bỏ vào thùng rác, còn lại mình xay nghiền tất cả tống xuống cống. Như vậy trông vừa sạch sẽ, vừa vệ sanh, mà lại không bừa bộn. Ông nhìn chậu đầy chén bát dơ ngổn ngang chưa rửa dậy mùi hôi lòng bất nhẫn:

"Tại sao không tráng rồi ngâm?"

Đành rằng cách giải thích của ông chưa chắc đã

hợp lý, nhưng bà vốn là người kiên định lập trường nên nhứt định không thua:

"Tại sao không rửa liền mà phải ngâm?"

"Nhưng có rửa liền đâu? Để tới chiều nghe mùi hôi và đầy những con thiêu thân!"

Về những con thiêu thân, ông giải thích là do có rất nhiều chậu cây kiểng trong nhà:

"Những giò lan thì tương đối chấp nhận được; chớ còn ba cây ớt, hành lá, rau thơm thì quý báu gì mà để đầy nhà? Rẻ rề bán đầy chợ. Đó là chưa kể có hại sức khỏe."

"Hại sao?" Bà hỏi gặng.

"Cây cối ban ngày nhả ốc-xy tiếp sức cho mình nhưng ban đêm lại thở ra khí cạc-bô-níc rất có hại cho sức khỏe."

Xem chừng bà không hiểu nhưng cuộc phỏng vấn việc làm đi tới kết luận:

"Đừng dài dòng. Không làm thì để đó tôi làm!"

Ông ngoan cố không chịu phụ rửa chén cho tới khi bà làm theo như ông giải thích. Nhưng bà khôn ngoan hơn nên chẳng bao giờ nghe lời ông. Bà là người phụ nữ tài giỏi có học gần đậu tú tài nên lúc nào cũng muốn chỉ huy ông, nhứt định không chịu thua. Bà đã làm cô giáo làng, có học khoa sư phạm nên rất rành về cách dạy dỗ con nít. Bà không đồng ý cái cách giáo dục trẻ con ở đây.

"Người lớn còn chưa có nhơn quyền. Nhơn quyền gì con nít! Nói một tiếng nó trả lời một tiếng.

Nói hai tiếng nó trả lời hai tiếng. Nhiều khi nó còn hỏi khó mình nữa!"

"Tại nó không biết thì mình giải thích cho nó." Ông bình tĩnh hơn.

"Làm như nó ngang hàng với mình vậy!"

"Sách nói mình nên khen thưởng và khuyến khích chớ đừng bao giờ mạt sát nó!"

"Con nít mà anh cứ sách vở sách vở với nó. Được đàng chân lân đàng đầu!"

Thằng anh thì như thế, còn con em thì cứ tới bữa ăn là bị đòn. Mỗi bữa cơm là y như rằng có tiếng khóc la.

Ông nóng ruột:

"Bác sĩ nói không cần ép."

"Không ép nó hổng được."

"Ép nó vài lần nó không ăn thì thôi việc gì phải đánh đập?"

"Con nít không đánh nó hổng chịu ăn."

"Ép ăn càng đánh thì nó càng sợ ăn. Mỗi khi tới giờ ăn nó liên tưởng tới roi vọt. Phản xạ có điều kiện *Pavlov* mà." Ông giải thích.

"Tôi ít học hổng biết Báp-lốp là cái gì!" Bà phang ngang.

Ông làm thinh. Và cuộc hòa đàm kết thúc!

Có thể bà không sai mà cũng có thể ông đúng nhưng bà chụp mũ ông lười biếng là oan cho ông.

Thỉnh thoảng con cái vẫn thấy ông tự dọn dẹp nhà cửa nhưng ông khoanh vùng làm từng phần chớ không làm liền theo lịnh của bà. Bữa nay dọn phòng giặt đồ thì mai mốt quét cái góc trong chỗ phòng khách; khi thì nhà tắm trên lầu; lúc thì phòng vệ sanh ở từng dưới. Nhơn sắp xếp lại mấy ngăn tủ nhà bếp, ông bèn có ý kiến:

"Chén dĩa không xài thì bỏ đi."

"Bỏ đi mai mốt cần lấy gì xài?"

"Anh thấy cả bao năm trời không đụng tới mà nó chiếm cả một ngăn tủ, trong khi mấy bịch thức ăn thì để tùm lum ngoài bàn."

Bà quyết định dứt khoát:

"Kệ nó hổng cần ông lo. Không phải chuyện của ông!"

Và giống như phe quốc gia trong hòa đàm Ba Lê, mỗi lần như vậy ông đều thua.

3

Bà Can điển hình là người phụ nữ Việt Nam trung hậu đảm đang. Bà là nội tướng cho ông làm ông tướng ở ngoài đường! Nhưng cuộc chiến qua lâu rồi, bây giờ bà chỉ hài lòng khi ông chịu làm lính trong nhà, để bà có dịp phục vụ từng bữa cơm. Ông cũng mang chứng bịnh không thích ăn ngoài vì chê đồ ăn Á đông nhiều dầu mỡ cùng cái tật thâm căn cố để là ai dọn sẵn thì ăn không dọn không ăn! Bình thường thì không có chuyện gì xảy ra nhưng khi mệt thì bà đổ quạu.

"Anh tự lo được. Em không cần phải dọn cơm cho anh," ông ái ngại.

"Lo được mà cả ngày không ăn!" Bà lo lắng trả lời.

"Chừng nào đói anh ăn." Ông lại lững lờ.

"Nhưng anh có bao giờ đói đâu?!"

Tất cả bạn bè đều biết không phải ông không yêu bà, suốt cuộc đời long đong khổ cực, nhứt là giai đoạn ông bị đọa đày. Hai vợ chồng tự nguyện yêu nhau, nhưng lòng thương của ông theo cái kiểu cổ điển của ông bà mình hồi xưa chớ không như thế hệ thứ hai thứ ba ngoài nầy. Tuy nhiên, lúc đầu ông hay nài nỉ rủ bà đi du lịch chơi nhưng ý của bà là "tiểu bang nào thì cũng giống nhau chớ có khác gì đâu. Đi hai ba tiểu bang thì cũng như biết hết nước Mỹ!" Trái lại, ông chủ trương "còn đi được thì cứ đi, lỡ mai kia nằm một chỗ rồi hối tiếc!"

Lần gần nhứt ông đi biệt tích một tuần không biết đi đâu nhưng chắc chắn không phải chuyện trai gái vì chính bà biết rất rõ. Dù đã quen cảnh nầy nhưng bà cũng ấm ức vì cho rằng bị coi thường. Ở Mỹ lâu năm, muốn mua một cái bàn cái ghế, thậm chí một trái banh cho con cháu chơi cũng phải bàn với vợ; rút nhà băng một trăm đồng, bước ra khỏi nhà... nhứt nhứt đều phải xin phép vợ. Huống hồ ông ra vào căn nhà như chỗ rừng hoang trong khi ngoài đường rất nhiều người đi qua còn phải ngoái lại nhìn bà.

Khi ông *hồi loan*, bà ân cần săn sóc như ngày xưa những khi ông đi đánh giặc về. Nhằm ngày nắng ráo gió hiu hiu, bà dọn bàn bày biện bữa cơm chiều lãng mạn trên cái sàn gỗ sau nhà. Bên kia con đường dẫn vào trường Larson, vầng ô khuất dưới đường chơn trời sau hàng cây để lại vài tia nắng vàng yếu ớt. Mùa thu mới vàng đi phân nửa, lá phong nhẹ nhàng rơi lác đác. Nếu ai xem được bức hình cảnh nầy không thể không nghĩ đây là cuộc hẹn hò của đôi tình nhơn dù có hơi muộn màng đôi chút.

"Ủa, chú Ngân đâu không thấy?" Ông vô tình hỏi.

"Chắc đi đâu đó." Bà giả vờ lơ đãng trả lời.

Bà mua rượu nho đỏ - thứ rượu giống như của những ông cha nhà thờ hay uống - ông rất thích, có thể nói là ghiền nữa. Cách đối xử của bà cũng đặc biệt thùy mị đoan trang mềm mỏng như hồi hai người mới yêu nhau. Thì ông chợt nhận ra rằng mình hãy còn một phu nhơn ướt át mà bấy lâu nay cố ý hay vô tình quên lãng. Mùi nước hoa dễ chịu thoang thoảng hòa quyện với những đường nét ẩn hiện trong lớp lụa là.

"Ờ, cũng lâu lắm rồi không thấy *nó*," Ông Can lẩm bẩm một mình rồi hớn hở lên lầu uống một viên thuốc bổ màu xanh mà ít nữa cũng gần ba năm nay ông không đụng tới. Ông nắm tay bà truyền hơi ấm và muốn tìm một cảm giác ngất ngây ngày cũ. Bàn tay ông hực lửa nhưng lòng bà dường như nguội lạnh. Lát sau bà rút tay về như sợ để lâu mình sẽ đổi ý.

Ông Can nhiệt tình nói với người tình chung:

"Cám ơn em đã đãi đằng đặc biệt và chu đáo!"

Bà tỉnh táo tự nhiên, "Đó là bổn phận của em mà."

Ông Can với đôi chút ân hận:

"Anh biết là anh thiếu bổn phận với em."

"Anh biết nhưng chứng nào vẫn tật nấy."

Lâu nay ít khi nào ông Can thấy bà vui vẻ như ngày hôm nay:

"Mình không hạp tánh mà không biết tại sao lại có thể ăn ở với nhau mấy chục năm trời! Có lẽ tại già đổi tánh."

"Anh đổi tánh chớ ai đổi tánh?"

"Cả hai đều đổi tánh."

"Chỉ mình anh."

Ông bình tĩnh:

"Cả em nữa. Phụ nữ sau khi hết kinh. Đàn ông sau khi đi tù về."

"Em hồi đó sao giờ vậy." Bà vẫn khăng khăng.

"Đó là do em chủ quan. Hiếm khi mình nhìn thấy chính mình lắm."

"Hồi đó anh hiền lành dễ thương bao nhiêu thì

bây giờ...”

Bà bỏ lửng câu nói. Nhờ hiền từ đứng đắn ngây thơ khờ dại, chàng thơ sinh ngày xưa lọt vào mắt xanh của bà trong khi nhiều người danh giá và học hành cao hơn đeo đuổi.

“Bây giờ sao?” Ông hỏi.

“Vợ chồng phải đỡ đần nhau chớ.”

“Anh biết nhưng để em vận động cơ thể bất quá như tập thể dục thể thao. Anh thường nói mình lớn tuổi không ai bắt không ai ép mình làm, thì mình làm tùy sức và mệt mình nghỉ,” ông biện minh. “Nhưng anh còn bận nhiều việc phải làm.”

“Nhiều việc là việc gì?”

Ông không trả lời thẳng câu hỏi của bà:

“Được cái nầy thì mất cái kia. Vừa con nhà giàu, vừa học giỏi, lại đẹp trai thì những người không hội đủ ba điều kiện trên phải ở vá sao?”

“Vậy anh được cái gì?”

“Không nhà giàu nhưng học giỏi, đẹp trai, và tài hoa!” Ông cười kể một hơi.

“Chuyện học giỏi hồi trung học *xưa rồi diễm*. Qua Mỹ đậu được bằng cấp nào đâu? Đẹp trai từ bốn chục năm về trước, bây giờ thì già trước tuổi mà cũng nói!”

Bà Can đúng. Đẹp trai là chuyện hồi xưa. Còn bây giờ trông còn già hơn ông Bush-cha nữa. Có lẽ bà ngượng khi đi chung với ông vì e người ngoài nghĩ chồng già vợ trẻ, "Chắc về Việt Nam cưới đem qua!" Ngoài cái tội già trước tuổi, ông Can còn phạm cái tội chân chỉ hạt bột không biết *ga lăng* là gì, trong khi đàn ông phải mở cửa xe cho phu nhơn xuống (thì ông cũng có mà); phải biết cười hùa khi bà pha trò cho dù lạt lẽo; phải biết binh vực khi bà tranh luận với ai; phải biết vuốt đuôi khi bà đưa ý kiến; và đặc biệt là... không được cãi!

Tiện thể, bà hạch tiếp:

"Còn tài hoa gì? Em thấy anh không có tài gì hết!"

"Em tự nhận biết. Anh khiêm nhường không muốn nói ra."

Ông giảng tâm sinh lý xã hội học:

"Vợ chồng tuy hai mà một, tuy một mà là hai. Mỗi người có một nhơn sanh quan riêng và chọn thái độ sống cho riêng mình. Tài, tình, hay tiền?"

Bà Can do dự không trả lời. Theo nhận định của bà, ông chẳng tài cán gì cả mà cứ viết, viết hoài. "Không biết có được đăng báo không nữa. Mà nếu có lỡ đăng thì cũng chẳng có đồng xu cắc bạc nào. Văn chương chữ nghĩa gì, bà còn không đọc, huống hồ..." Bà nghĩ. Còn cái nghề chinh chiến hồi xưa lâu quá qua Mỹ ai mà dùng nên ông được làm lao động phổ thông cũng là may mắn lắm rồi. Nói tới tình, bà thở dài. Cả hai ông bà đều biết nguyên nhơn sâu xa đưa đến cảnh trống đánh xuôi kèn thổi ngược nầy, nhưng ông nói lảng:

"Tại khắc khẩu thôi chớ thật ra chẳng có gì quan trọng đâu!"

"Sao hồi đó không khắc khẩu?"

"Thời chiến anh bận hành quân lâu lâu mới về; hơn nữa, hồi xưa mình còn trẻ, không có thì giờ nhiều để cãi vã nhau; rồi thời gian, nhứt là những năm tháng tù đày, làm phôi phai niềm hạnh phúc; rán dung hòa sống nốt những ngày cuối đời. Bất quá như bạn bè với nhau vậy thôi. Dù không tìm lại được cái không khí ấm cúng gia đình buổi ban đầu nhưng ít ra cũng tránh đổ vỡ."

"Tới nước nầy rồi tránh cũng không được!" Bà Can chậm rãi nói rồi quyết định đưa ý kiến chia tay.

"Em có thiệt sự muốn ly dị?" Ông Can hỏi, hơi bất ngờ nhưng không sốc.

"Tôi đã quyết định rồi." Bà quả quyết, "Không muốn nhìn khuôn mặt già nua của ông nữa."

"Có ai xúi giục em hôn?" Ông hỏi, giả vờ không biết. Trong thâm tâm mỗi người đều tự hiểu sự thật nhưng ngoài mặt không dám nói ra mà cũng có thể không muốn vì nguy cơ gây nên một cuộc tranh luận hoặc cãi vã.

"Không! Tự tôi quyết định." Bà giả vờ nói tránh.

"Em bịnh hoạn, không lái xe, không biết tiếng Anh nhiều, có thể quán xuyến gia đình được hôn?"

"Tôi tự lo được. Đó không phải chuyện của ông!"

Hừng khí lúc ban đầu dịu xuống, ông Can kết luận:

"Lâu nay anh cũng có thể hình dung ra được ngày nầy. Nhưng anh còn nợ em rất nhiều: Nuôi con cái nên người và thăm nuôi anh trong cuộc đổi đời cay đắng. Bây giờ nếu có người lo cho em được thì anh cũng yên tâm!"

■ nsh-101222 nhuận sắc 231123

Tranh sơn dầu trên canvas của Hoạ Sĩ Nguyễn Sơn

đất khách

** Thân tặng đồng hương Michigan*

Thật ra thì dân tỵ nạn cũng có nhiều hạng. Người có vàng bạc tiền của mang theo đi vượt biên suôn sẻ, và những kẻ may mắn có thân nhơn hoặc bạn bè cư ngụ ở những nước văn minh giàu có thì sống đế vương hơn những đứa con bà phước. Nhưng vì có cùng mẫu số chung nên mức độ hạnh phúc của mọi người đều bằng nhau. Qua những ngày tháng tù túng nhưng tràn trề hy vọng, lần lượt kẻ trước người sau, ai cũng hăm hở lên đường tạo dựng cuộc sống mới.

Bước lên phi cơ là chắc chắn đến chín mươi chín phần trăm cuộc đời lên hương. Hình như có đáp xuống thủ đô Nam Hàn hay Nhựt Bổn một lần, không nhớ bay bao lâu, ăn bao nhiêu lần, và ngủ bao nhiêu giấc nhưng khi nghe tiếng ồn ào và nhốn nháo như vỡ chợ là biết tới nơi. Cô chiêu đãi viên thông báo phi cơ sắp đáp, nhắc nhở hành khách xếp bàn xuống và buộc dây an toàn lại. Mọi người đều cảm giác được một cuộc đổi đời, vừa thoát khỏi đoạn cuối đường hầm và vườn hồng đang rộng mở.

Ông già Lâm đang đọc xếp sách lại, nhắc nhở các con seatbelt rồi kiểm soát từng đứa vì chúng chỉ mới đi phi cơ lần thứ hai mà lần thứ nhứt là từ Sài Gòn qua Phi Luật Tân. Ông ngồi khoanh tay thương hại quan sát các gia đình tỵ nạn - đa số lai - con cái nheo nhóc. Những người ngồi hai hàng phía bên hông máy bay đều nhìn ra ngoài cửa sổ. Thành phố thiên đường phủ một màn tuyết trắng đang lớn dần trước mặt. Lại có người loay quay thu dọn đồ đạc như sẵn sàng xuống máy bay! Dù có biết ít nhiều xã hội mới qua sách vở nhưng ông vẫn náo nức như những ngày tựu trường.

Nơi đầu tiên đặt chơn lên vùng đất khách là thành phố Seattle thuộc Tiểu bang Washington mà sau nầy xem lại giấy tờ ông Lâm mới biết. Vì mỗi người xách một cái túi giấy dầu to tướng khổ ít nhứt cũng hai ba gang tay có in chữ lớn rõ ràng nên không khó cho nhơn viên Cơ quan Di trú Quốc tế -IOM nhận diện để làm thủ tục nhập cảnh. Trong thời gian nầy, để cho chuyện giao tiếp được dễ dàng, IOM đặc biệt có mướn nhơn viên người Việt.

Ông Lâm mừng được nói tiếng mẹ đẻ:

"Tên của mấy đứa con gái tôi bị viết sai!"

Ông nhơn viên người Việt mặc đồ lớn thắt cà vạt nhìn ông Lâm như một thứ con người hạng hai, gạt ngang:

"Không biết. Tôi chỉ làm theo giấy tờ!"

Trong khi người nhơn viên nầy xem hồ sơ, ông tỵ nạn nói như năn nỉ:

"Anh vui lòng chỉnh lại cho đúng được hôn? Ngọc là chữ lót, còn Thanh Thúy mới là tên."

Ông Lâm rụng một cái răng hàm trên, đầu sói muối tiêu, người đen đúa, tuổi khoảng gần năm mươi nhưng trông già trước tuổi vì những năm tháng tù đày. Ông cũng mặc âu phục thắt cà vạt nhưng có vẻ quê mùa, tay lại luộm thuộm ôm một cái túi đựng giấy tờ bằng da giả màu đen hơi lớn hơn khổ giấy viết thơ một chút mà tại ngay góc có cái quay lòng thòng.

Người nhơn viên di trú không trả lời. Ông Lâm bình tĩnh nhìn vào mặt ông ta, hỏi lại một lần nữa:

"Được hay không? Sao anh không trả lời?"

Ông nhơn viên nhìn xuống xấp giấy tờ lắc đầu:

"Không được!"

Hình như tất cả những người có tên bốn chữ đều phải gặp rắc rối nầy khi làm thẻ xanh hay bất cứ chuyện gì liên quan tới giấy tờ hộ tịch. Khi đặt tên con Phan Ngọc Thanh Thúy là ông Lâm muốn lót chữ Ngọc - người yêu đầu đời dang dở mang theo một trời thương nhớ của ông ta, và tên nó là của người ca sĩ ông hằng ngưỡng mộ. Nhưng người ngoại quốc không biết cách ấy, họ cứ đọc ngược lại rồi viết mà không một con người tỵ nạn hạng hai nào có thể cãi lại được. Thành ra tên Mỹ của hai đứa con ông bây giờ Thúy Ngọc Thanh Phan và Lan Ngọc Thanh Phan!

Về cái tên bốn chữ, không cứ người Mỹ hay người Phi mà người Việt gốc "cách mạng" cũng không chịu! Nhớ chuyện trong tù nhiều người cũng bị rắc rối như thế. Ông bạn tù khai lý lịch trích ngang tới tên vợ Nguyễn Thị Nghê Thường thì anh cán bộ hỏi lại:

"Nghê hay Thường?

"Dạ, Nghê Thường." Ông cải tạo lịch sự trả lời.

"Nguyễn Thị Nghê hay Nguyễn Thị Thường, sao lại Nghê Thường?" Thằng bộ đội hỏi gặng.

"Dạ tên bốn chữ: Nguyễn Thị Nghê Thường." Ông cải tạo từ tốn giải thích.

"Lính ngụy các anh rắc rối thế! Nghê hay Thường? Nghê Thường là cái quái gì?" Tên bộ đội lên mặt mắng nhiếc.

Ông cải tạo vẫn kiên nhẫn:

"Dạ tại tên hai chữ là Nghê Thường. Theo điển tích, nó có nghĩa là quần áo lộng lẫy hay tên một vũ khúc ngày xưa."

Càng giải thích tên cán bộ cách mạng quyền uy càng rối trí. Nói hoài chẳng đi tới đâu, cán bộ bèn quyết định:

"Tôi cho anh chọn: Nguyễn Thị Nghê hay Nguyễn Thị Thường?"

Chắc chắn ông cải tạo không thể nào cãi lý lại với thằng cách mạng được nên ngẫm nghĩ một hồi anh chàng cải tạo bèn cải danh bà xã là Nguyễn Thị Thường! Nếu đi tù mà tên vợ chỉ mất chữ Nghê cũng không đáng kể thì sang Huê Kỳ mà đổi tên hay sai tên chút xíu cũng không sao. Người sĩ quan già từng là cấp chỉ huy hăm hở tới vùng đất hứa bị cú sốc đầu tiên. Ông là người Việt có tổ quốc Việt Nam mà phải bỏ xứ Việt Nam ra đi tỵ nạn! Ở quê hương, ông bị đối xử là công dân hạng ba. Chưa biết người bản xứ đối xử ra sao nhưng ông bị người tỵ nạn hạng nhứt coi là dân tỵ nạn hạng hai khi đặt chơn lên vùng đất lạ!

Biết ra đây chỉ là thành phố nhập cảnh rồi từ đấy phải sang một chuyến khác bay về Detroit. Phải khó khăn lắm mới giữ được trái tim khỏi nhảy ra ngoài khi bị dẫn đi vòng vo tam quốc một hồi mới tới chỗ thân nhơn đang ngồi chờ. Ông Lâm nghe tên mà chưa biết mặt cô bảo trợ, không quen biết cả những người khách đón và thậm chí mấy đứa con vượt biên mới chưa đầy mười năm mà ông cũng không nhớ cho tới khi chúng lên tiếng chào!

Không biết nhà văn phải tả như thế nào cái ngỡ ngàng khi bước chơn vào một thế giới mênh mông đầy màu sắc và âm thanh xa lạ. Ông Lâm nghĩ nhơn viên hàng không phục vụ khách hàng đúng nghĩa chữ phục vụ chớ không như bên mình - chắc tại quốc doanh, hành khách là kẻ đi xin và họ là người ban phát ân huệ. Có cái cảm giác tự do thoải mái nhưng choáng ngợp giống như chú *mán* về thành, kẻ quê lên chợ, mà sau nầy khi đi đón thân nhơn người ta mới thấy được rõ ràng và chính xác hơn.

Ông Lâm là người không tin bói toán vậy mà trước khi lên đường xuất ngoại lại ghé qua ông thầy lấy một lá số tử vi trọn đời. Chuyện sáu mươi tám tuổi quy tiên thì quá xa xôi không kiểm chứng được, nhưng chuyện cuộc đời sung sướng và ở nhà cao cửa rộng thì kết quả nhãn tiền. Tất cả mọi chuyện từ giấy tờ tới lấy hàng chuyển hàng ba bốn cái va-li đều có người lo, ông ta chỉ theo lịnh leo lên xe van bảy chỗ tài xế chạy một hồi không biết bao lâu về tới một ngôi nhà cao sang quyền quý ở đường Freer, Detroit.

Ông Nhơn giới thiệu với khách:

"Ảnh với tui học chung!"

Có ai đó chắc không đi lính và không bị ở tù nên không hiểu:

"Ảnh lớn mầy nhỏ, học chung cái gì?"

Ông Nhơn cười xài tiếng đan mạch:

"Đm ở tù chớ học cái gì! Tui về ảnh còn ở lại gỡ tiếp mấy cuốn nữa!"

Chợt ông Nhơn ngạc nhiên hỏi:

"Ủa chị đâu?"

"Chị mất mấy chục năm nay rồi!"

"Thiệt hôn? Đừng nói chơi nha!"

"Chuyện nầy đâu dám nói chơi! Bị cái đám giặc hồ!"

Tất cả mọi người như nín thở trong phút giây:

"Xin chia buồn cùng anh và gia đình!"

Ở tuổi ba mươi bà Lâm dù ngụy trang thành quê mùa rách rưới vẫn không qua mắt được cái đám kên kên. Từ ngày ấy, ông Lâm nuốt tủi hờn làm gà trống nuôi con trong cái xã hội quá nhiều diều hâu và chồn cáo. Ông cố tình tránh đề cập tới chuyện nầy nhưng mỗi lần có ai nhắc tới là ông mắc nghẹn và thở không ra hơi như đã chạy nước rút hai trăm thước. Ở tù trong, ai không chịu nhục được thì ở xà-lim chẳng thiệt gì đến người khác; ở tù ngoài, không chịu được thì chẳng những riêng mình bị mà còn liên lụy tới thân nhơn nữa!

Bà Lâm ra đi sớm có khi rảnh nợ! Cả cuộc đời không vui thú một ngày. Lấy chồng chiến binh một năm gần nhau mấy lần, nuôi con, rồi lại nuôi chồng. Nhiều đêm nhìn mấy đứa nhỏ ngủ say - đáng lẽ phải say giấc thiên thần thơ mộng tuổi hoa, ông tự nhận mình hèn. Hèn nên còn sống trong khi nhiều người hy sinh. Hèn nên không dám làm "giặc" trong lúc nhiều người đã vô bưng. Hèn nên mới phủi tay thoát thân ra khỏi vũng lầy tăm tối, nơi mà những người khác đang chới với!

Trong khi nhiều người bỏ thây trong rừng sâu núi thẳm hay dưới lòng đại dương, được xuất ngoại miễn phí tưởng mình tốt phước làm nhơn vật quan trọng, ông Lâm được ngồi bàn giữa uống cà phê hút thuốc lá thả dàn trong khi khách khứa vây quanh chật nít, hàng họ quà cáp đầy nhà.

Các cháu gái lăng xăng dưới bếp lo nấu nướng những món "độc" đãi người mới tới, chỉ là khách tạm ở căn nhà nầy, trong thời gian chờ đợi cô bảo trợ tìm mướn một ngôi nhà khác khả dĩ đủ cho một gia đình năm người. Trong khi phụ nữ lo thức ăn và món nhậu, ở nhà trên ông Nhơn tỏ ra là một chủ nhơn hiếu khách và lanh lợi. Ông đạo diễn bài bản như buổi đại hội. Trước khi nhập tiệc, ông có "diễn văn" mào đầu và giới thiệu quan khách, và đặc biệt giới thiệu nhiều về ông Lâm khiến ông hơi ngượng.

Xong, chủ nhà mời chung:

"Thôi mời cụng ly đi! Cụng ly chào mừng người niên trưởng sống sót trở về và đoàn tụ gia đình nơi xứ sở tự do!"

"Cái gì đoàn tụ gia đình?" Ai đó hỏi.

"Hai thằng nhỏ chơi với thằng Nghĩa tôi là con ảnh đó!" Ông Nhơn giải thích.

"Hai thằng nào?"

"Hai anh em thằng Hùng thằng Dũng. Tụi nó vượt biên qua trước."

Ông Nhơn cười với khách:

"Ảnh gỡ tới mười cuốn! Trong tù ảnh ngon lắm nghe!"

"Ngon cái gì?"

"Ảnh làm lao động lề mề. Ảnh chống ngầm. Nó nói cái gì kệ mẹ nó, ảnh làm theo ý ảnh!"

"Tụi nó không làm gì sao?"

"Nhốt xà-lim hoài hoài!"

Một trăm con mắt đổ dồn về một con người nhỏ thó dễ thương chớ không có vẻ gì lì lợm, tưởng như mình nghe lầm!

Một lát, có người hỏi ông Lâm:

"Ở bển bây giờ ra sao, anh?"

"*Vũ như cẫn* thôi! Có nhớ câu của Tổng thống Nguyễn Văn Thiệu hôn?

Người nào đó lên tiếng:

"Đừng nghe những gì cộng sản nói, Hãy nhìn kỹ những gì cộng sản làm!"

"Có tiền, có quyền, và có thế thì giàu thêm; nghèo và gốc "ngụy" thì từ chết tới bị thương!"

"Từ đó tới giờ tôi chưa về!"

Ông Lâm buột miệng:

"Về làm gì! Không nên về, tỵ nạn chánh trị phải hôn?"

Con người dễ thương ấy hình như bây giờ mới vô tình lộ chút bản tánh khó chịu. Người tỵ nạn chánh trị "Ờ" một tiếng yếu xìu xem chừng như hơi ngượng. Ông Lâm ân hận đã xúc phạm người khách, an ủi:

"Kẹt lắm mới nên về: Ông già cha mẹ qua đời hay bịnh nặng. Về một lần tởn tới già! Qua lâu chưa, anh?"

"Mới hơn năm năm. Vượt biên. Hồi đó tôi chưa đi lính."

Ông bạn kể lúc ông qua chưa có bao nhiêu người Việt, đa số con lai, thành ra gần như biết nhau hết. Gần đây có diện H.O. mới có nhiều người mình. Tình cảm của những người đồng hương đối với kẻ qua sau ghi đậm trong lòng ông một ấn tượng sâu sắc về một dân tộc máu đỏ da vàng nói tiếng Việt. Những người ông giao tiếp đầu tiên nơi xứ lạ quê người là những người dân bình thường sống ở Detroit tình nghĩa như thế! Lúc nầy ông thấm thía câu, *"Cửu hạn phùng đại vũ, Tha hương ngộ cố tri....*"

Buổi tiệc có diễn văn mở màn nhưng không có phần bế mạc. Càng về khuya khách khứa thưa dần. Khi tiễn người khách cuối cùng, ông Nhơn hỏi:

"Lái được hôn? Nếu không nổi thì ngủ lại đây luôn không việc gì phải ngại."

"Được! Được! Gần đây mà! Tôi chưa có say!"

"Mong đừng có chuyện gì xảy ra nghe."

Không khí thân tình buổi hội ngộ và hơi men nồng ấm đưa ông Lâm vào giấc ngủ say dài cho tới sáng ngày hôm sau; khi bừng tỉnh thì đã quá 9 giờ sáng.

Trong khi cô Loan loay quay pha cà phê, ông Nhơn miệng ngậm điếu thuốc hỏi: "Buồn ngủ hôn, anh?"

"Không. Đêm đầu tiên ở xứ Huê Kỳ ngủ thẳng giấc thiệt, chẳng lo ai gõ cửa!"

"Lúc mới qua, tuần lễ đầu em vẫn còn mớ gặp ác mộng. Cứ sợ bị kêu cửa dẫn đi!"

Tiếng cười méo mó của ông Nhơn lan ra như truyền nhiễm khiến người lính già tưởng sống lại những ngày từ trại tù cải tạo trở về. Ông thủ sẵn đồ cần thiết trong cái túi nhỏ. Đêm nghe tiếng chó sủa xa, hay tiếng bước chân bên hè là ông se sẻ tuột xuống sàn giường nằm sát vách nhìn ra ngoài qua cái lỗ nhỏ khoét sẵn nghe ngóng. Định bụng nếu có người lạ tới gõ cửa thì ông sẽ thoát ra trên nóc nhà, đu lên cành cây vú sữa qua vườn nhà bác Ba Hồ, men theo hàng rào bù ngót thoát khỏi khu vườn, rồi bò cặp theo bờ đê đường rầy xe lửa. Tới chút nữa là đụng con suối nhỏ, một hướng dẫn ra xa lộ ngay cái cống cạnh khu phế liệu của chú Tư Thơm, hướng kia chảy về cái đầm cạn nằm sau lưng Ty Cảnh Sát cũ ở góc Biên Hùng.

Trong khi đó ở xứ đạo Hòa Bình gần Dầu Dây, theo lời ông Nhơn, thì hễ gần tới những ngày lễ lớn của "cách mạng" như 3 tháng 2, mồng 2 tháng 9, và 19 tháng 5 thì y như rằng dân cải tạo bị mời mang mền mùng lên tập trung vô mấy cái trường học ở chơi cho tới hết lễ mới được thả về! Ở Việt Nam có nhiều loại dân ông không nhớ hết, chỉ biết còn ở tù là hạng 12, mà về rồi thì lên hạng 11. Số 10 không biết sao, chớ vô phúc nằm ở nấc thang âm số 11 và 12 thì con cái đừng hòng vào đại học cho dù chúng có giỏi cách mấy đi nữa!

Ông Nhơn nói thêm:

"Với hơn nữa bị đổi giờ. Bên nầy ban ngày thì bên mình ban đêm, cách nhau tới nửa vòng trái đất mà. Hồi mới qua, phải mất gần cả tuần em mới quen."

"Chú từ Thái Lan đi thẳng qua đây phải hôn?"

Ông Nhơn cười nhìn ông Lâm:

"Sĩ quan chớ đâu phải con lai như anh đâu!"

"Tôi đi hai hàng đấy chớ! Phỏng vấn con lai nó đâu cho con gái lớn tôi đi. Lúc đó nó tới hăm sáu tuổi. Tôi mới xin phỏng vấn HO."

"Anh ở Phi bao lâu?"

"Bảy tháng. Hồi phỏng vấn mình dòm thấy nó đề Bangkok, vậy mà cuối cùng phải đi Phi!"

"Cái hồi núi lửa anh ở đâu? Có bên đó hôn?"

"Sau núi lửa tui mới đi."

"Tụi em cũng còn ở Trãng Bôm."

Cô Loan góp chuyện:

"Lúc đó tụi em còn cuốc đất thấy bà!"

"Công nhận hay thiệt! Thất học làm lãnh đạo! Còn trí thức thì cầm cày cuốc đất!"

"Anh biết hôn. Con nhỏ bán cái quán ở ngã tư gần chỗ tụi em tự nhiên lên làm bí thơ xã!"

"Em nói! Tự nhiên sao được? Tụi nó nằm vùng mà!" Ông Nhơn nhìn bà xã.

"Sao mình không biết?"

"Sau khi bể dĩa mình mới biết!"

"Nhưng cuối cùng cũng ra rìa hết!"

Ông Nhơn kết luận:

"Bỏ cái tật! Mẹ bà nó! Mấy thằng ba mươi nầy như chuyện dài Nhân dân Tự vệ thời mình, nói tới chừng nào mới hết! Chỉ mong đi sớm chừng nào hay chừng đó. Trông từng ngày từng giờ. Chỗ nào cũng chạy, chẳng đâu tới đâu!"

"Lúc tụi em mới qua trời cũng mù mịt như tuyết bây giờ, anh nhìn xem." Cô Loan chỉ tay ra ngoài.

Lúc nầy vào cuối tháng ba trời đã vào xuân nhưng vẫn còn những cơn tuyết muộn lất phất qua khung cửa kiếng. Vài cây kiểng xanh xanh nhạt nhòa trong màn sương lờ mờ. Hình ảnh nầy chỉ có nằm mơ mới thấy được ở quê hương hoặc tranh vẽ trong thiệp giáng sinh. Một buổi sáng yên tĩnh với hai chiến binh lỡ thời ngồi uống cà phê ôn lại những kỷ niệm trước ngày di tản, những tháng năm ngồi gỡ lịch, thời gian đợi chờ tại "Trung tâm Tin tức Thời sự" - thật cũng có mà đa số là phịa - tại sở ngoại vụ gần Nhà thờ Đức Bà!

Khói thuốc quyện vào nhau cuốn lên trần tạo thành một màn khói mong manh lởn vởn.... Lúc còn ở bên Phi cũng chưa chắc ăn, trừ phi máy bay đáp xuống một phi trường nào đó trên xứ cờ hoa và một người từ vùng nhiệt đới cảm giác được cái lạnh buốt xương của bắc Mỹ. Những hoang mang hồi hộp lùi lại phía sau, chưa lúc nào thấy an toàn như lúc nầy, tưởng như mơ nhưng mà thiệt, một sự thật rõ ràng có thể nắm bắt được!

Ông Nhơn chủ nhà trước là dân Thiếu Sinh quân thuộc dạng nhà binh bậm trợn sang Mỹ trước gia đình ông Lâm được chừng vài tháng, giờ nầy xem ra có vẻ quen nước quen cái, được dịp trổ tài hùng biện về nước Mỹ có 52 tiểu bang, và chính cái thành phố Detroit họ đang ở đây là một trong những thành phố lớn nhứt và đông dân nhứt thế giới! Và ngoài ra, nó là thủ phủ của Tiểu bang Michigan Ngũ Đại hồ của ông Nhơn nữa!

Nhơn hỏi ông Lâm có biết tại sao người ta gọi là Ngũ Đại hồ không, và chẳng cần đợi trả lời vì ông nghĩ rằng chắc người khách mới tới cũng không biết, ông kể:

"Hồ Michigan, hồ Erie, hồ Superior, hồ Huron..." ông Nhơn ngập ngừng hình như quên, lẩm nhẩm đếm đi đếm lại.

Ông Lâm buột miệng:

"Hồ Gươm, Hồ Hoàn Kiếm, Hồ Xuân Hương...."

Chừng như biết ông Lâm không đủ kiên nhẫn chờ đợi, ông Nhơn cười ha hả cho đáp số luôn:

"... Và hồ Detroit!"

Như người lên đồng, ông hăng say nói về tự do và tiến bộ kỹ thuật, và đồng thời thuyết trình về hướng dẫn hội nhập văn hóa cho gia đình mới một lần nữa, đặc biệt là vấn đề welfare và food stamps. Bên Việt Nam, người ta nói đúng: qua Mỹ mặc sức mà hốt tiền! Nhà ở miễn phí, điện nước không phải trả, chưa làm động móng tay mà đã lãnh tiền thì ví dù thiên đường có thiệt đi nữa cũng chưa chắc bằng! Chưa chi mà ông đã gởi tiền về cho ông bà già!

Ông khoe là mấy đứa nhỏ đã đi học và có xe đưa rước tận nhà, hai vợ chồng đi học tiếng Anh tại trường International Language Institute lại cũng có người take care. Ông mới qua chừng vài ba tháng mà sự hiểu biết của ông bằng của những người ở Mỹ mười năm. Cái gì ông cũng biết, ông nói chuyện với Mỹ luôn, "không sợ thằng tây nào hết!" Cả gia đình ông Lâm phục ông sát đất, mấy đứa con ông Lâm cứ xuýt xoa khen lấy khen để!

Sau khi lý thuyết xong, ông Nhơn dắt gia đình

ông Lâm đi một vòng đặng làm quen với nếp sống văn hóa mới. Trong nhà có đầy đủ tiện nghi vật chất cho hạng người cao sang quyền quý, từ nồi cơm điện tới nấu nướng bằng ga, từ hệ thống sưởi đến máy giặt máy sấy. Phòng tắm ngát một mùi thơm xà bông Dove. Nơi đi cầu còn sạch sẽ hơn cái chỗ ăn của con nhà nghèo, muốn ngồi đọc sách báo bao nhiêu lâu tùy thích. Lại có bồn tắm nữa! Ở quê nhà, ông Lâm có mơ cả đời cũng chưa chắc được vào ngâm trong cái bồn tắm trắng tinh ấy một lần!

Ông Nhơn cười:

"Hồi đó có thằng tuyên bố 'đặt chơn xuống đất Mỹ có chết cũng mãn nguyện!'"

Ông Lâm đáp lời:

"Coi vậy chớ chưa chắc phải vậy! Tôi thấy sách nói chánh phủ chỉ lo cho mình thời gian đầu thôi!"

"Thì tới đâu hay tới đó. Trời sanh voi sanh cỏ, lo gì anh ơi!"

Thấy ông bạn có vẻ tò mò về một đống thùng hộp nằm ngay ngắn trong góc, ông Nhơn cười giải thích:

"Lúc trước thấy thùng bằng cạc-tông cứng vừa tốt vừa đẹp tính để dành xài, sau nầy hằng hà chưa có dịp vứt đi." Người lính già chưa hiểu ý, ông Nhơn tiếp:

"Bỏ rác cũng là vấn đề! Ở đây Mỹ xài phí lắm, nhứt là bao bì! Phải xé nhỏ bỏ vào bao ni-lông gọn gàng nó mới chịu đổ. Rác nhà bếp bỏ riêng, thùng giấy, lá cây cỏ phải bỏ riêng..."

Cầm mấy cái vỉ đựng trứng gà lên lật qua lại, cô Loan hơi ngượng:

"Anh thấy đây, thậm chí mấy cái nầy mình cũng để dành!"

"Để làm gì?"

"Chẳng biết làm gì, nhưng bỏ thì tiếc!"

"Thì để ăn hột vịt lộn!" Ông Nhơn xen vào.

"Ở đây cũng có hột vịt lộn?"

"Khi mà dân tỵ nạn đông, có đủ thứ. Hồi xưa, đầu cổ cẳng cánh tụi nó bỏ hết. Vậy mà mấy năm nay tụi nó giữ lại để bán riêng mỗi loại."

Tới chiều hết thuốc. Cả hai ống khói tàu thi nhau nhả khói không cần diêm quẹt thì có hãng thuốc lá mới đủ cung cấp! Ông Nhơn dắt ông Lâm ra chợ Đỏ, tiện thể mua chút ít đồ vật linh tinh. Gọi là chợ Đỏ, đơn giản chỉ vì nó sơn màu đỏ, do gia đình một người Lào làm chủ. Khi về tới nhà thì trời sập tối, ông Ngữ chở vợ chồng ông Nhơn và cô Loan đi học ESL, ông Lâm đi theo vì ở nhà chẳng biết làm gì cũng buồn.

Ông Ngữ nói:

"Ở đây mình nghèo, con cái xin tiền đi học được."

"Chỉ sợ tụi nó học không được thôi!" Ông Nhơn thêm.

"Sao học không được?" Ông Lâm ngạc nhiên.

"Coi vậy chớ ở đây tự do, đâu phải đứa nào cũng muốn học!"

"Bên mình thi tuyển vì không đủ trường. Con mình muốn học bọn nó không cho học!" Ông Lâm góp ý.

"Ở đây anh khỏi lo. Nhiều cơ hội cho tuổi trẻ, miễn là tụi nhỏ có chí!"

Đêm đó, ông Lâm suy nghĩ miên man. Cô bảo trợ nói chánh phủ nuôi mấy tháng đầu rồi sau đó tự túc. Ông phải đi làm để nuôi mấy đứa nhỏ đi học. Bên mình làm thầy được mà đâu ai cho làm. Bên nầy, cơ quan và văn phòng dư người nghiên cứu, còn hãng xưởng thì đâu cần người biết giỏi tiếng Anh mà chỉ cần nghe hiểu người ta sai bảo làm gì. Lương căn bản thực tế sáu đồng rưỡi chừng nào mới mua được căn nhà nho nhỏ đủ cho gia đình tạm trú! Còn cái nhà ở Cổng 2 Phi trường trước khi đi, bán được mấy cây trả nợ nần xong coi như phủi tay. Nhín cho bà ngoại có một hai chỉ mà tới phút cuối tại phi trường cũng phải xin lại để dùng cho những chi phí phát sinh! Hai trăm ba mươi sáu ngàn còn lại một hai chục cho con cháu dằn túi. Ra đi với hai bàn tay trắng thì còn gì để mất? Còn! Khối óc. Nhứt là nếu để bị cuốn hút vào vòng quay điên cuồng của thế giới văn minh!

Hai mươi bốn giờ đầu tiên trên đất Mỹ như gói trọn cả một đời mơ ước. Một bước ngàn dặm từ cảnh địa ngục trần gian tới cửa thiên đường đời đời hạnh phúc. Trong ngục tù bao la được mấy lúc bình yên trong giấc ngủ, tim đập dập dồn nghe tiếng thắng xe, và chó cắn ma làm giựt mình choàng tỉnh. Kẻ lưu đày trên chính quê hương giờ đây có mãn nguyện nơi đất khách quê người? Thánh Peter sống lại bảo thiên đường chỉ là đất tạm dung chớ không phải chánh quốc!

■ nsh-081209 nhuận sắc 231123

Ảnh "Xóm Yên Bình" by Yên Sơn

Ngô Sỹ Hân by MoA

mẹ chồng

1

Ông Hậu ngồi bàn kế bên đang mang giày nói:

"Lát nữa anh đi chợ mua ít đồ đặng thủ cẳng."

"Anh có đi chợ thì mua một bịch kẹo nhỏ." Bà Diệu nhắc.

"Bị dịch viêm phổi tàu chắc chẳng đứa nào tới đâu."

"Thì cứ mua để hờ. Nếu có đứa nào gõ cửa thì cho." Mấy năm trước hầu như nhà nào cũng trang trí ngoài sân những biểu tượng ma quái như mạng nhện giăng tứ tung, hình người chỉ có đầu lâu xương chéo, và tử thần cầm lưỡi hái.... Khi còn ở nhà cũ ông để đủ thứ kẹo tại bậc thềm cửa chánh và bật đèn lên trước khi dắt sắp nhỏ đi vào xóm *Treat or Trick*. Ngày lễ cô hồn năm nay hầu như tất cả mọi nhà đều im lìm không sẵn sàng đón một ngày lễ truyền thống Tây phương hay ít nhứt của Mỹ, và những năm gần đây nghe nói cũng phổ biến bên quê nhà.

Hồi khuya nầy nhiệt độ xuống dưới ba mươi độ F khiến mấy cây hoa nhỏ trong vườn hoàn toàn xụ lá nhưng những cây cối lớn vẫn còn cố gượng chưa chịu rụng hết. Bữa nay có chút ánh nắng chớ mấy ngày trước cả không gian cứ ui ui chẳng thấy mặt trời. Không đúng như mình học hồi nhỏ mặt trời mọc hướng đông và lặn hướng tây, nhưng ở đây nó mọc hướng đông nam và lặn tây nam. Ông giải thích tại nhà ở bắc bán cầu nhưng chưa chắc ông hiểu tại sao bắc bán cầu thì mặt trời không đi đúng sách vở.

"Hết đồ thì mua. Anh nói thủ cái gì?" Bà thắc mắc.

"Sắp tới ngày bầu cử rồi. Thắng thua gì tụi nó cũng sẽ quậy."

"Anh nghĩ bọn nó cũng đốt phá như ở mấy tiểu bang nào đó hôm hổm hả?"

"Chắc chắn một trăm phần trăm. Mới đây nó đốt phá và hôi của Thành phố Phila."

"Phila ở đâu?"

"Phila là nói tắt Philadelphia thuộc Tiểu bang Pennsylvania."

"Tiểu bang Pen-sy-va-nia ở đâu?"

"Miền đông mình. Hình như ở hướng bắc thủ đô không xa mấy." Ông không chắc lắm nhưng vẫn hiểu biết hơn bà vợ một chút.

Bà Diệu quanh năm suốt tháng quanh quẩn ở nhà chẳng muốn đi đâu xa, nhứt là sau tai nạn. Bà trợt té khi bước lên tấm thảm không gượng được. May mà bà không bị bất tỉnh như nhiều người nặng ký khác. Từ lúc ấy trở đi chơn bà yếu hẳn. Bà hay biện minh rằng ở Mỹ đi ba bốn tiểu bang thì cũng như biết hết nước Mỹ. Chỗ nào nhà cửa cũng giống chỗ nào kể cả bên Canada. Ông cũng hết ý kiến luôn, "Coi vậy cũng khác chớ, nhứt là thổ nhưỡng, cuộc sống, và danh lam thắng cảnh."

Nghe tiếng bước chân từ dưới cầu thang lên, bà nói:

"Nó lên đó."

"'*Hai*' ông nội '*hai*' bà nội," cô con dâu nói khi lên tới trên, đầu tóc còn ướt quấn khăn lông, và mặc một cái áo khoác mong manh.

Cô quẹo trái tới phòng của hai đứa con, nhè nhẹ hé cửa dòm vào trong.

"'*Hai*' mẹ." Đứa con gái đang học *online* chào cô.

"Con đang học hả? Trưa nay muốn ăn gì hôn?"

"Con chưa biết," nó trả lời lấp lửng.

Người mẹ quay trở lại phòng thằng con trai. Nó còn ngủ. Cô vòng trở ra nhà ăn, hé cửa lùa tự hỏi, "Không biết bữa nay trời lạnh hôn?"

"Ở ngoài lạnh lắm," bà mẹ nhìn cô con dâu. "Mặc vậy sao chịu nổi, con?"

Sau khi cô lấy thêm cái áo ấm dày và quay trở ra, bà mẹ hỏi:

"Con coi nhà sao rồi?"

"Có café mới pha đó con, café vàng," ông xen vào nói với cô con dâu. "Café Du Monde của con đó."

Mỗi lần nhắc tới café, ông thường hay nói chơi với bà Diệu "Chắc con Trang có phần hùn với Công ty Starbucks." Sáng sáng trên đường đi làm thế nào cô cũng phải ghé ngang Khu Plaza Kroger mua một ly, có khi thêm một ly nữa cho người bạn cùng tiệm. Chỉ lúc nào hết tiền cô mới chịu uống ở nhà mà chỉ Du Monde của Pháp. Mấy loại Maxwell House hay Folgers của Mỹ cô vẫn chê ông Hậu pha lợt quá.

"Dạ, đâu có sao, bà nội." Cô vừa pha café vừa trả lời bà Diệu cho qua chuyện. Bà Diệu cụt hứng ngồi im có vẻ như bị xúc phạm. Mấy ngày nay cô nhờ người môi giới mua bán nhà dẫn đi xem một căn cô ưa thích ở thành phố kế bên. Cô đưa số nhà trên trang mạng Zillow cho đứa con gái và đứa con gái cho ông coi. Ngôi nhà ba phòng ngủ và hai phòng tắm, rộng gần ngàn rưỡi square feet được cái ưu điểm là khu đất rộng mênh mông tha hồ cho con nít chơi đùa và đồng thời cũng có chỗ cho trồng chút đỉnh hoa màu gì đó thì trồng.

Lát sau bà nói, "Mua nhà bên đó thì con Hân không học ở Troy được."

"Mình còn ở đây, con Hân học được mà." Ông Hậu đỡ lời.

Sau khi cô mở cửa đi ra ngoài, bà có vẻ không hài lòng:

"Nó không *care* gì tới mình!"

Mang giày xong, ông Hậu lại ngồi đối diện với bà qua cái quầy *countertop* tạm làm bàn ăn bày biện ngổn ngang ly tách và đồ ăn sáng. Cái kiểu triển lãm dụng cụ nhà bếp như thế nầy rất quen thuộc đối với ông bà già nhưng chỉ gây khó chịu đôi chút cho những người có óc tổ chức muốn mọi vật được sắp xếp gọn gàng. Không rõ học ở đâu đó ông vẫn biết vô nhà vệ sinh có thể đánh giá trình độ văn minh của gia đình ấy; phòng khách thể hiện tâm tánh của ông chủ gia đình; và nhà bếp ngăn nắp hay bừa bộn là thuộc về người nội tướng.

Dù chưa thành phế nhơn nhưng bà luôn tự mặc cảm như thế nên buông xuôi tất cả nhứt là sau vụ tai nạn. Suốt ngày bà chỉ ra vô từ phòng ngủ tới chỗ quầy ăn sáng tại nhà bếp mà thôi. Ông tiếp quản mọi chuyện từ nhà cửa và bếp núc tới chợ búa và bây giờ trở thành người đàn ông đảm đang nhứt nước nhưng bà không công nhận danh hiệu ấy vì bà hãy còn nắm quyền lãnh đạo chỉ huy. Ông đẩy dĩa xôi và củ khoai lang qua phía bà:

"Kệ nó. Thôi em đừng hỏi chuyện nầy nữa. Em ăn sáng đi đã."

"Chưa ăn bây giờ." Hẳn bà còn tức mình.

"Em có sao hôn?" Ông quan tâm.

"Em muốn cái gì mặn mặn, chớ ăn cái nầy một lát nữa đói liền."

"Anh chiên hột gà cho em ăn bánh mì nha!" Ông nói và đứng dậy làm liền, không đợi bà trả lời.

"Hôm trước tính cho nó năm chục." Bà nói, không nhìn ông.

Lúc hay tin cô Trang định mua nhà ngoài, bà buồn rũ rượi mấy ngày liền vì chắc chắn hai đứa cháu nội bà nuôi từ nhỏ sẽ xa bà. Suốt ngày vợ chồng già làm sao tiêu hết hai mươi bốn tiếng đồng hồ dài đăng đẳng, phải chi ông còn nầy kia kia nọ cũng vui. Bà định lấy căn nhà cho mướn lại cho mấy mẹ con ở. Bà biết sẽ thiệt thòi vì mất huê lợi nhưng bà nghĩ ở cái tuổi tính từng ngày nầy rồi thì đâu cần tiền làm gì nữa. Bù lại ở cùng xóm thì mấy đứa cháu chạy tới chạy lui hủ hỉ với ông bà được.

Sau khi đem bánh mì ốp la dâng lên bà, ông làm thinh nhìn ra ngoài phía bãi đậu xe. Sát lề đường là cái bảng ghi tốc độ tối đa mười lăm dặm và một bảng nữa cảnh giác sắp tới một con lươn băng ngang đường làm vật cản tốc độ như đã thấy ở trại tỵ nạn Bataan, Phi Luật tân. Thời gian mua lúc trước người môi giới dẫn coi hai căn trong xóm nhưng ông chọn căn nầy dù nó không tốt bằng căn kia. Ông nói cái bãi đậu xe tiện cho bạn bè tới chơi khi có tiệc tùng không gây phiền hà hàng xóm.

"Bây giờ không cho nó nữa." Bà còn ấm ức.

"Vậy sao được, em," ông can. "Mình đã hứa không cho sao được."

"Nó coi thường em quá. Hỏi đặng giúp nó mà nó cứ lơ lơ là là."

"Chắc nó cũng có chuyện khó nói."

"Phải nó có bồ hôn?" Bà hỏi ngay.

"Không biết chắc. Nhưng nếu có thì mình cũng không trách nó được."

"Có nôn nóng thì ít nhứt cũng phải đợi xả tang chồng nó chớ."

"Xả tang rồi còn gì?"

"Ở đây mới bốn chín ngày xả tang. Xả tang cúm tàu thì có!"

Như bà Diệu vẫn chưa nguôi giận, nói:

"Nó đâu có muốn ở chung với mình. Cho cái condo mà nó hổng chịu ở. Nó nói nó hổng thích!"

2

Sau thời gian làm cái hãng Power Lines nầy thấy dễ chịu, bà bèn xin cho ông con lêu lổng vào làm luôn. May là lúc hãng đang cần người nên anh được nhận liền. Ngày ngày anh chở bà đi cho bà khỏi lái xe, vậy cũng đỡ sợ, nhứt là buổi sáng xe cộ đông như kiến; đồng thời đỡ tốn tiền bảo hiểm. Lúc đầu anh có vẻ ngoan ngoãn chí thú làm ăn, nhưng dần dà lại giở chứng không chịu thức khuya dậy sớm. Sau khi bị cảnh cáo hai lần, tới lần thứ ba thì bị đuổi luôn.

Vô công rồi nghề, suốt ngày anh lông bông lang bang cờ bạc cá độ mãi tới khuya - nhiều lần tới sáng và thậm chí đôi khi hai ba ngày đêm liên tiếp - mới về ngủ vùi.

"Anh có quen ai gởi cho nó tập sự." Bà bảo ông.

"Để anh kiếm." Ông vâng lịnh không dám không tuân lời bà.

Nhằm lúc nghề neo nở rộ nhiều người mình hốt bạc. Báo chí nói hầu như tám mươi phần trăm ngành nầy do người mình làm chủ chiếm lãnh thị trường Cosmetics Mỹ nhờ khéo tay và siêng năng làm việc. Một người quen thân của ông làm chủ tiệm nhận cho anh tập sự. Cách nhà tới cả nửa tiếng đồng hồ mà ngày ngày ông chở anh tới tiệm, chịu khó ngồi ngoài xe chờ hai ba tiếng đồng hồ lại chở về. Vậy mà chưa tới một tuần lễ anh cũng lại giở chứng không chịu đi nữa.

Bà trách, "Mầy đâu còn con nít nữa, gần bốn mươi tuổi rồi chớ đâu phải nhỏ nhắn gì. Phải có cái nghề đàng hoàng trong tay" thì anh trả lời, "Con đâu có làm nghề gì khác được."

Dù giận nhưng cuối cùng ông bà cũng phải chịu thua, bèn mở tiệm bida cho ông con. Bà nói:

"Rán làm ăn để dành tiền bảo lãnh vợ mầy qua. Đây là lần cuối cùng nghe con!"

Anh vâng vâng dạ dạ, "Con biết mà." Lần cuối cùng nầy không biết là lần cuối cùng thứ mấy ông bà mở tiệm cho anh. Có tiệm thì làm thầu cá độ football và đá banh cuối cùng phải bán để trả nợ. Tiệm nào không bán thì làm chẳng bao lâu gom được đủ tiền là anh nghỉ ngang và phóng về Việt Nam thăm vợ.

"Đang làm ăn mà năm nào cũng về bển mấy lần." Bà than phiền.

"Chồng một nơi, vợ một ngả sao được." Ông binh vực cho thằng con.

"Sao anh không nhờ chỗ dịch vụ nào đó làm đơn bảo lãnh cho vợ nó qua?"

Ông đã từng nghĩ tới chuyện nầy, nhưng ngặt

một điều là ông con không chịu làm ăn nên lợi tức không đủ tiêu chuẩn. Theo quy định của Sở Di trú so với bản khai thuế thì anh không đủ sống một mình làm sao gánh nổi hai người nữa. Bảo lãnh vợ chồng thì lâu và nhiều khi họ đòi thử DNA thằng nhỏ. Theo cách tính của bà chị chồng thì đúng là con của anh ta nhưng anh ta lại nói rằng có cảm giác không phải vì hơn ai hết anh biết rành rẽ lý lịch vợ. Cho dù thế nào đi nữa đi theo diện người yêu sẽ nhanh hơn. Qua bên nầy trong vòng ba tháng kết hôn thì mọi chuyện hợp pháp.

Nhiều lúc ông lấy làm lạ đàn ông con trai ở đây không cua nổi một người đàn bà con gái hay sao mà phải về bển kiếm? Chưa có thống kê nào nói xã hội nầy và nói riêng người Việt Nam trai thừa gái thiếu. Nhưng có lẽ sự đòi hỏi của phụ nữ bên nầy quá cao mà đàn ông con trai không đủ điều kiện đáp ứng. Bên mình thì dễ hơn, ai cũng muốn thoát khỏi cái xã hội hỗn loạn muốn đi tìm cuộc sống tốt hơn và lại có cơ hội giúp đỡ gia đình.

"Bảo lãnh cho vợ nó qua đi." Cuối cùng bà quyết định.

"Để lâu quá sợ thằng nhỏ không hội nhập xã hội mới kịp với bè bạn." Ông vuốt theo.

Và thế là chưa đầy một năm sau hai mẹ con cô Trang qua tới. Hai năm sau đứa con gái ra đời. Thành ra thẻ xanh mười năm của mẹ nó thông qua rất dễ dàng khỏi phải nộp đủ thứ giấy tờ cho Sở Di trú và cũng khỏi phải xuống Detroit cho FBI lấy dấu tay sưu tra lý lịch một lần nữa. Hết hạn thẻ xanh cô con dâu được gia hạn thêm mười năm nữa vẫn chưa thi quốc tịch khiến thằng nhỏ quá tuổi ăn theo mẹ. Nghe vợ anh ca sĩ gì bên Cali đã ở Mỹ mười mấy năm có bốn đứa con mà vẫn còn bị trục xuất về nguyên xứ, bà nội đâm lo.

Còn ba tháng nữa nó đủ mười tám tuổi bà hối thúc ông làm đơn cho nó thi quốc tịch, nhưng đơn bị trả về. Đến ngày sanh nhựt nó, bà nhắc ông:

"Anh làm đơn lại cho thằng Hùng chưa?"

"Anh làm rồi, em."

"Em thấy nhiều người bị đuổi về Việt Nam."

"Tại tụi nó nặng tội."

"Lái xe vi phạm luật giao thông cũng bị đuổi."

"Người ta hổng hiểu nên nói bừa vậy chớ phạm luật lưu thông mà đuổi cái gì?"

"Ông Trump đuổi rất nhiều người tỵ nạn."

"Ông Trump nào có quyền đuổi? Tội nặng ở mức độ nào đó bị trục xuất là do luật, mà luật là do Quốc Hội làm ra."

Trong khi bà ngớ người ra, ông tiếp:

"Còn trục xuất là do quyết định của Tòa án Di trú. Tổng thống đâu có quyền đó. Tại người ta ghét ổng mà nói vậy thôi."

Cho dù thế nào bà luôn dặn thằng Hùng ra ngoài chơi đàng hoàng, rán chịu nhịn nhục, và không nên gây sự. Nghe thằng cháu ngoại nói đám bạn bè của thằng nầy chơi la lối ồn ào lắm, bà sợ, nhứt là nó lại có nghề võ nữa, "Nếu đánh lộn đánh lạo thì bị đuổi về Việt Nam là cái chắc. Chưa có cái bằng cấp gì lại tiếng Việt không rành thì làm gì ăn, con?" Đó là chưa kể bà còn nghi ngờ nó chơi thứ gì như cha nó nữa, nên mỗi lần nó vắng nhà thì bà vô phòng kiểm tra lục lọi mọi hang cùng ngõ ngách tìm kiếm cái bà nghi ngờ.

3

Lúc dọn nhà về cái condo nầy, từng hầm còn nguyên chưa ai đụng chạm gì hết. Trước khi hai vợ chồng cô Trang bán cái nhà ở Red Maple mang con cái về ở chung thì ông mướn thợ làm một phòng riêng cho hai người, gồm cả phòng khách và nhà tắm nữa. Như thế đã quá đủ cho một cặp vợ chồng son, ông bà thường nghĩ thế. Nói ở chớ thực ra chẳng ở gì cả mà đúng ra là cái phòng ngủ. Bọn nó đi cả ngày tới khuya mới về, rồi sáng mai lại đi tiếp. Suốt thời gian vợ chồng ở dưới đó, mọi chuyện vẫn bình thường.

Trước nay đã nghe vợ chồng bàn tán năm nầy cô con dâu sẽ về quê ăn Tết. Nhưng chưa tới Tết cô cho biết sắp về bển thăm mẹ bị tai biến mạch máu não. Ông cha chồng dĩ nhiên không muốn vì ông nghĩ như vậy chỉ mang đô-la về tiếp tế cho chế độ đang đói ngoại tệ, hơn nữa nếu có rắc rối gì thì với vốn tiếng Anh được giải can đảm hát karaoke thì làm sao nói chuyện được. Nhưng bà mẹ chồng lại nghi cô không phải truyền thông thổ tả mà cũng phịa tin giả để làm lý do:

"Má con đã đỡ và xuất viện rồi. Coi video thấy má con tương đối gần bình phục. Vậy chỉ cần gởi tiền về cho bả chữa trị."

"Năm sáu năm rồi, con phải về một chuyến. Hơn nữa con đã nhờ thằng Tuấn mua vé máy bay rồi." Cô nhứt quyết.

Thời gian gần đây nhiều chuyện rắc rối xảy ra đối với những người chưa có quốc tịch đi ngoại quốc khi trở về Mỹ. Đó là những người có dính líu tới hình sự, những người về Việt Nam nhiều lần, và những người ký đơn không đi casino nữa.... Lại nghe nói khi xuống phi trường, Quan thuế đưa cái đơn gì mà nhiều người chữ Anh chữ Mỹ không biết nên cứ ký đại mà một khi ký rồi thì bút sa gà chết. Sau nầy biết ra đã ký mẫu đơn ấy có nghĩa mình từ bỏ tư cách thường trú nhơn. Dù không tin, ông cha chồng vẫn kết luận:

"Thời buổi khó khăn không nên về. Lỡ có bề gì ba đỡ hổng nổi đâu nha con."

Ông bà đành bó tay bèn miễn cưỡng cho con dâu ít tiền tiêu xài. Năm nay cô dự trù đi một tháng ăn Tết với gia đình và anh chị em qua sau mùng năm mới trở lại. Đêm đêm vợ chồng vẫn liên lạc điện thoại với nhau. Chúng tâm sự nhỏ to từ hồi gặp nhau yêu nhau thương nhớ chờ đợi như thế nào tới khi bảo lãnh qua Mỹ; thời gian sống hạnh phúc trên thiên đường và những ngày điêu tàn trong tận cùng địa ngục. Nhưng mới hai tuần thì có chuyện nên cô tức tốc mua vé mới bay trở về bên nầy.

Ông bà xốn xang trong lòng không chịu nổi khi nghe con dâu khóc kể người chồng nói rằng, "Tui rán làm chừng hai năm để dành tiền mua nhà ngoài cho em ở, chớ em ở dưới đó tui chịu hổng nổi." Đêm trước khi vĩnh viễn ra đi, anh xin lỗi đã nhiều lần làm khổ vợ con khiến cô cũng hài lòng, "Tui có lỗi với em nhiều lắm." Cô vợ an ủi rằng trước khi lấy nhau cô đã biết cái bịnh của anh nầy rồi, "Anh chơi cho đã đi chừng nào chán rồi thôi!" Người ta không biết cô nói thiệt hay nói lẫy.

Ông bà thuyết phục đứa cháu nội mười ba tuổi cho mẹ nó về ngủ chung phòng:

"Kê thêm cái giường chiếc nữa cho mẹ ở với con." Nó không chịu. Ông bà nghĩ ở Mỹ nầy mình phải tôn trọng ý kiến cá nhơn chớ không thể dùng áp lực. Hơn nữa nó đã khá lớn cần chỗ riêng tư và trang trí phòng riêng theo ý nó. Nó phê bình người mẹ sống xô bồ không dọn dẹp phòng cũng như làm giường, nhứt là chuyện thay quần áo cứ bỏ tùm lum không phân biệt cái sạch với đồ dơ.

"Nói ở chớ mẹ con đi tối ngày chỉ khuya mới về ngủ thôi." Bà tiếp tục năn nỉ.

Tới bài bản cuối cùng là công cha nghĩa mẹ cũng không hiệu quả, ông bà bèn tính mua cái nhà bốn phòng ở ngoài mới đủ chỗ, không để cô con dâu ngủ dưới từng hầm nữa, "Nghe nó khóc kể mà đứt ruột."

Tìm trên mạng Zillow thấy có căn nhà trệt bốn phòng ngủ ba phòng tắm ông bà ưng ý lắm. Lợi thế là nó không có lầu bà khỏi leo lên leo xuống cầu thang. Ngoài ra, ba phòng tắm cho năm người thì quá đủ.

Bà nghĩ đây là dịp may hiếm có ngàn năm một thuở bèn rủ mấy đứa cháu đi coi vòng ngoài trước khi nhờ người môi giới, và tất cả đều hài lòng. Chiều tối bà nói ý định sau khi cô con dâu đi làm về:

"Hồi trưa ba má với hai đứa nhỏ coi ngôi nhà bốn phòng ngủ ba phòng tắm đẹp lắm. Ai cũng thích nhứt là hai đứa nhỏ. Bữa nào con nghỉ ba gọi cô Phượng dẫn đi coi."

"Thôi đừng mua má ơi. Con hổng ở đâu."

"Chớ để con ở *basement* ba má chịu hổng nổi."

"Chắc con ra ngoài."

"Nếu con muốn ra ở riêng, ba má lấy lại cái condo đang cho mướn cho mấy mẹ con ở," bà nói. "Con chỉ trả thuế và điện ga thôi."

"Ba má cho không đó. Nếu cần sang tên luôn." Ông tiếp lời bà.

"Con không thích ở condo." Cô con dâu trả lời.

"Làm sao con đủ khả năng mua nhà ngoài?" Ông hỏi.

Cô con dâu làm thinh.

"Nếu có bồ má không trách, nhưng ít nhứt cũng đợi sau đám giỗ thằng Quân chớ." Bà khuyên.

Cô vẫn làm thinh, bà không hiểu ý cô thế nào. Ông nói:

"Nếu con kết hôn thiệt thì ba không có ý kiến. Còn nếu kết hôn giả thì ba xin can. Ở tù như chơi và hơn nữa con với mấy đứa nhỏ mất quyền lợi an sinh xã hội."

4

Thật ra thì cô con dâu chưa có bồ cũng không kết hôn giả, mà cô muốn có căn nhà rộng rãi để làm đám giỗ giáp năm người chồng, như một cách để tỏ lòng thương yêu và biết ơn anh Quân đã cứu vớt cuộc đời cô, lúc cô làm chiêu đãi viên ở một quán café. Thời buổi gạo châu củi quế cha mẹ nuôi không nổi đàn con bèn gởi cô ra Nha Trang phụ bán tiệm cơm của bà dì. Lúc đó cả xã hội miền Nam hầu như chỗ nào cũng chỉ gặp toàn dép râu nón cối. Mà bọn nó yêu cầu "quản lý đời em" và ăn nói nham nhở lắm. "Em dốt mà còn thấy khó chịu."

Thời trước, như mọi chàng trai tới tuổi quân dịch, cha cô cũng phải bị động viên đi lính; nhờ đông con mà gia đình được ở khu gia binh. Cha cô không phải phi công mà mẹ cô đẻ một dọc bốn đứa con gái. May mà thằng út là con trai. Người ta nói gia đình ngũ long công chúa một là thăng thiên hai là tàn mạt. Lúc giặc về không riêng gia đình cô mà đa số mọi người đều cơm không đủ ăn áo không đủ mặc, nói chi tới ăn no mặc ấm. Những người khá giả tìm cách vượt biên tìm cuộc sống mới, kẻ nghèo thì cam phận phó thác số mạng theo vận nước nổi trôi.

Cô chỉ dám ước làm bất cứ công việc gì để có cơm ngày hai bữa chớ không dám mơ cái ngày trả hết nghiệp cuộc đời, cô trôi nổi qua tới Mỹ, tính tới ngày hôm nay đã là mười lăm năm. Thằng con lớn lên đại học không thành vấn đề nhưng vì con nhỏ còn bậc trung học nên cô cần phải bám học khu nầy được thống kê cho biết rất an toàn và có hạng toàn quốc. Nhưng nhà ưng ý thì với khả năng hiện tại cô không với tới mà mãi tới giờ cô mới biết.

"Con chỉ có thể mua nhà chừng một trăm rưỡi đổ lại thôi," ông giải thích. "Con mượn *mortgage* được một trăm, ba má cho năm ba chục. Thị trường địa ốc đang lên. Nhà ba phòng đẹp mắt ít nhứt phải từ hai trăm rưỡi."

"Nhà băng chỉ cho mượn có chín chục ngàn." Cô nói.

"Năm ngoái nó hứa một trăm mà." Bà mẹ chồng phân vân.

"Năm ngoái tính luôn thằng Quân là hai nguồn thu nhập." Ông tiếp lời bà Diệu.

Sở dĩ cô muốn ra riêng vì cô thích gia đình đúng nghĩa theo kiểu Mỹ gồm cha mẹ và con cái. Bà Diệu bị bịnh mất ngủ cứ khoảng hai tiếng đồng hồ thức giấc một lần, mà mỗi lần như vậy bà ra nhà ngoài kiếm đôi giày hay đôi dép cô hay mang đi làm - hễ có thì bà yên tâm. Có hôm cô bỏ quên xâu chìa khóa trong túi áo khoác bà không tìm ra thì thế nào bà cũng hỏi ông có thấy chiếc xe của cô đậu ngoài trước không, nhưng hỏi ông cũng vô ích. Bãi đậu nầy cũng có một chiếc xe nữa hơi giống giống và cùng màu trắng nên từ nhà nhìn ra ông không phân biệt được cái nào của cô.

Hầu như sáng nào bà mẹ chồng cũng hỏi, "Hồi

hôm con đi làm về mấy giờ?" Ngày nào cô từ dưới từng hầm lên đi làm mà bà mẹ chưa dậy thì coi như thoát nạn. "Vậy mà hay," cô nghi hồi hôm chắc bà vui chơi tuổi già nên mệt mỏi không dậy nổi. Kinh nghiệm chuyện mây mưa cô biết thế nào thân thể cũng rã rời và chân đi muốn sụm, buổi sáng thức rồi mà không muốn dậy đi làm. Nhưng sự kiện nầy rất hiếm khi xảy ra nên cả tháng cô mới được một dịp may.

"Bữa nay nghỉ thì ở nhà chơi với con cái." Bà Diệu nói.

"Tụi nó lớn rồi đâu nuốn chơi với mình nữa, má." Cô con dâu phân bua.

"Thì chở tụi nó đi ăn hay nói chuyện với nó."

"Đâu có chuyện gì đâu mà nói!"

Mà thật vậy, chuyện học hành, chơi game, và bạn bè của bọn chúng cô đâu biết. Chuyện cô *bà tám* với bạn bè của cô thì một là ở bên Việt Nam, hai là mấy bà khách Mỹ già, ba là bọn thợ giành giựt khách ở tiệm thì sắp nhỏ đâu có quan tâm. Vẫn bài bản cũ riết sanh nhàm. Cô không biết trách ai mà từ hồi giặc về cả nước đói khát khoai lang khoai mì cũng không có đủ mà ăn có đâu học với hành. *Uất trì cung* như vậy được trời đãi kẻ khù khờ khiến cô làm chơi ăn thiệt có khả năng tiếp tế cho cha mẹ bên nhà và lo chuyện cơm nước cho cha mẹ chồng tuổi xế bóng.

Hồi còn làm chung với bà chị chồng, cô thường nói:

"Bây giờ ba má già rồi em ở luôn với ba má để

phụng dưỡng."

"Em còn trẻ mà, không tính bước thêm hả?"

"Hổng biết nhưng bây giờ thì chưa."

Tới lúc cô đòi ra riêng, bà chị hỏi:

"Sao nói ở luôn để phụng dưỡng ba má?"

"Bây giờ mới thấy em ở với má hổng được."

"Sao vậy?"

"Má hay soi mói..."

"Tại má lo cho em thôi chớ soi mói cái gì."

"Má hỏi không biết đường trả lời."

"Quan tâm mới hỏi." Người chị chồng giải thích.

Lúc phát hiện quan hệ giữa mẹ chồng và nàng dâu ngày càng xa cách, ông nói với cô con dâu:

"Hầu hết những người lớn tuổi thường đổi tánh lại hay quên nên có nhiều chuyện má con nói đi nói lại hoài con đừng nản; chuyện nào đúng thì làm còn cái nào không ưng ý thì con cứ lờ đi coi như hổng có. Con rán chiều đừng làm má con buồn. Con người ta có vui mới sống lâu được. Má con chỉ hay quên chút đỉnh nhưng hãy còn nhớ nhiều chuyện chớ không như nhiều người lãng trí đến đỗi hổng còn nhớ đứa nào là đứa nào nữa!"

Ông ngừng một lát nhìn cô con dâu để xem những lời giải thích và khuyên lơn có thẩm thấu được chút nào không. "Má con thương con còn hơn thương thằng Quân nữa. Ngoài ra, má con nuôi nấng hai đứa nhỏ từ hồi tụi nó còn chút xíu nhứt là con Hân từ lúc mới đẻ. Hồi con đòi mua nhà, ba nghĩ sẽ cho mượn tiền trả trước thì má con biểu cho con luôn." Ông thương cảm thấy tội nghiệp. Nhà nghèo cô không được học hành như mấy đứa em nên cô không hiểu nhiều về cuộc sống ở đây. "Con thấy hôn, má con rộng rãi hơn ba nhiều."

Nhắc tới giỗ giáp năm anh Quân, ông nói:

"Con đâu cần làm rình rang."

"Anh Quân sống có tình nghĩa nên bạn bè ảnh đông lắm."

"Vậy thì có thể làm ở nhà nầy, mời bạn bè chia ra làm hai đợt." Ông đề nghị.

"Con nít nhiều lắm đâu có chỗ cho tụi nó chơi."

Mấy ngày sau cô đánh tiếng qua đứa con gái nói, "Mẹ muốn ông bà nội mua nhà bốn phòng để mẹ với tụi con ở với ông bà nội."

Bà Diệu có vẻ hài lòng nhưng vẫn phát ngôn:

"Cho condo không chịu ở," bà nói. "Đòi mua nhà ngoài, nhưng mua làm sao nổi!"

■ nsh-201124 nhuận sắc 231123

tình thơ phố núi

** Tặng Kỳ Nam*

1

Mấy năm trước bà tự khai, vì nghĩ rằng mình đọc hiểu tiếng Anh thì việc gì phải đi mướn người ta làm, vừa tốn tiền lại vừa mất thì giờ. Nhưng Sở Thuế cứ gởi giấy tờ về, hỏi hết chuyện nầy tới chuyện khác khiến bà rối trí nên quyết định phải nhờ một chuyên viên. Khi tìm địa chỉ và số điện thoại trong phần quảng cáo của tờ tạp chí vùng nầy thấy hai ba văn phòng, người bạn nói:

"Tốt nhứt là làm với Mỹ."

"Thấy đâu có khác gì. Người ta cũng học ở đây chớ đâu phải ở Việt Nam." Bà không đồng ý.

"Nhưng người Mỹ họ không biết gì về mình."

"Hơi đâu mà lo. Mình dân tỵ nạn đâu giàu có đến đỗi sợ người ta biết tài sản mình. Người ngoại quốc thì chưa chắc họ hiểu hết ý mình hoặc mình hiểu hết lời họ nói."

Thế là bà quyết định ta về ta tắm ao ta và tìm tới văn phòng một người Việt. Trong một khu thương mại rất khiêm nhường vỏn vẹn có năm căn, phòng thuế nằm trờ ra gần sát mặt đường có hai lối đi vô mà đàng nào cũng phủ đầy tuyết. Hành lang phía trước hẹp nên khách hàng chỉ đi cửa sau từ con đường đá đỏ cặp hông trái dẫn vào bãi đậu xe.

Khi bà vào văn phòng thì xuất hiện một người lớn tuổi đầu sói bạc chỉ còn vài sợi tóc đen. Cho dù có già hơn ông Bush-con và ông Clinton nhưng so với Tổng thống Abraham Lincoln và ông nội, người nầy còn trẻ hơn nhiều! Gặp một nữ nhơn đẹp lão, người chuyên viên hơi khớp. Bà khách để nguyên bao thơ lớn màu vàng trên bàn nói:

"Tất cả giấy tờ thuế má của tôi trong nầy."

Chủ nhơn chưa kịp trả lời, bà khách tiếp:

"Có cả bản khai thuế năm ngoái nữa."

"Nếu cô không làm chủ tiệm thì chỉ cần ngày tháng năm sanh."

Bà khách cảm thấy hơi bị xúc phạm:

"Nghĩ sao mà tôi không làm chủ tiệm được?"

Lỡ hố, ông già nói liều:

"Tại bà còn trẻ đẹp... đẹp lão quá!"

Bà khách cười thỏa mãn:

"Bộ đẹp không làm chủ được hả?!"

"Thường thì người đẹp ít lo làm ăn!"

Nhìn tên người khách, ông Tâm khựng lại:

"Cô... Kỳ Nam? Tên cô là Kỳ... Nam?"

Bà khách ngạc nhiên:

“Vâng! Kỳ Nam. Nguyễn Thị Kỳ Nam thì sao?”

Ông Tâm lấy lại bình tĩnh cười nhại giọng như đã từng chọc hồi xưa:

“Cô dân Đè Nẽng?”

“Dạ! Nhưng ‘chửi cha không bằng pha tiếng’ nghen!”

“Cô... cô có biết cô Nguyễn Thị Kỳ Cục muôn đời mãi mãi mãi mãi muôn đời... hôn?”

Bà Kỳ Nam nhìn thẳng ông già, ngập ngừng:

“Anh... Lê Thành Tâm?”

“Ờ! Tôi đây!”

Chuyện cũ được hâm lại:

“Nhưng anh kỳ cục chớ em đâu có kỳ cục!”

Ông Tâm lặng nhìn bà Kỳ Nam, hình dung một dáng dấp nữ lưu năm nào:

“Anh xin lỗi em!”

Bà Kỳ Nam ấm ức nguýt:

“Chuyện tình xin lỗi là xong sao?”

Rồi bà đứng dậy, lấy phong bì dợm bước đi:

“Nếu biết sự thể như thế nầy thì em đã không tới đây.”

Ông Tâm nắm tay bà khách giữ lại:

“Nhưng đàng nào thì em cũng đã tới đây rồi.”

Sau khi bà ngồi lại xuống ghế, ông Tâm thở dài:

“Mới đó mà đã ba mươi mấy năm! Anh có lỗi với

em quá!”

Bà Nam vùng vằng:

“Ờ có lỗi! Rồi sao nữa?”

Ông Tâm năn nỉ:

“Em muốn anh làm gì để chuộc lỗi đây?”

Lúc gặp nhau hai người tóc còn đen, da còn mướt, đời còn dài, mộng còn đẹp. Rồi tai ương ập đến, mỗi đứa một phương trời. Trong mỗi con người, đối tượng chỉ là một hình bóng dĩ vãng mờ xa.

“Em qua lâu chưa?”

“Năm năm.”

“Diện gì?”

“Con bảo lãnh.”

“Bây giờ cháu làm gì?”

“Làm neo.”

“Còn em?”

“Neo luôn!”

Ông bất giác buột miệng:

“Neo?”

“Anh ngạc nhiên hả? Không làm neo thì làm cái gì bây giờ?!”

“Không. Anh chỉ hỏi vậy thôi.”

Ông Tâm nhớ lại chuyện hồi xưa:

Năm đó em đang tập sự. Sau ’75 họ có dùng em hôn?”

Bà Nam lắc đầu:

"Không."

"Gia đình dính líu chế độ cũ?"

"Ba đi cải tạo. Bị đánh tư sản nữa!"

"Ba mẹ còn mạnh giỏi?"

"Ông bà đã qua đời hết rồi!"

2

Đúng hẹn, chiều ngày hôm sau ông Tâm tới khu cư xá.

Từ trên lầu bốn, qua hàng cây trụi lá bên đường, bà Nam đã thấy xe ông chạy vào bãi đậu còn nham nhở tuyết. Khi ông leo lên cầu thang và đợi nghe tiếng bước chơn tới cửa, bà nói vọng ra:

"Cửa em không khóa."

Đẩy cửa bước vào, ông nói liền:

"Ở trên cao có cái thích là được nhìn quang cảnh xung quanh, nhưng không nên."

"Bất quá như tập thể dục. Ngồi giữa cả ngày cũng cuồng cẳng cuồng chơn."

Ngồi tại bàn ăn vừa là nơi tiếp khách, ông nhìn quanh căn nhà hai phòng vừa đủ cho hai mẹ con chỉ có một cửa ra vào:

"Đã đành vậy, nhưng nếu có chuyện gì khó chạy."

"Chuyện gì là chuyện gì?"

"Thí dụ cháy nhà."

Ý kiến hay! Em không nghĩ tới!"

Ông Tâm tự tin:

"Đàn bà con gái làm sao em nghĩ được chuyện nầy!"

Bà Nam chưa có ý kiến, ông lại đề nghị:

"Nếu đổi được, mai mốt hai mẹ con nên dời xuống từng dưới cùng. Còn nếu bận, anh tới dọn cho."

Rồi ba người đi xuống cầu thang.

"Đáng lý thằng cháu nầy phải dắt mẹ đi."

Anh chàng cười:

"Con nhường cho bác đó!"

Bà Kỳ Nam mắng yêu con:

"Cái thằng nầy!"

Ông dìu bà xuống từng nấc:

"Cầu thang ướt trơn. Phải cẩn thận! Tuổi nầy mà gãy xương thì chỉ có nước đợi về bển với ông bà!"

Anh thanh niên tướng tá phương phi nước da ngăm ngăm đen nầy nói:

"Lúc đầu con tưởng bác không tới!"

"Sao tưởng kỳ vậy con?"

"Mắc mớ gì mà bác phải bõ công!"

"Sao không mắc mớ, con?"

Anh nhìn vẻ mặt hớn hở của mẹ:

"Bây giờ thì con biết..."

Bà Kỳ Nam vẫn không lên tiếng. Ông Tâm chở bà Nam và anh chàng thanh niên tới một nhà hàng Mỹ, đưa vào ngồi ở cái bàn trong góc:

"Hai mẹ con chọn thức ăn đi."

Loay quay tấm thực đơn trong tay, bà Nam thắc mắc:

"Sao không đi tiệm Việt Nam?"

"Trong cái cộng đồng không bao nhiêu người nầy, bất cứ chuyện gì người ta cũng đồn rùm lên, rồi từ đó lan ra khắp nước, thậm chí còn về tới Việt Nam."

"Còn tiệm Tàu?"

"Anh bị dị ứng đồ ăn Tàu. Mai mốt em sẽ thấy thích chỗ nầy."

Ông Tâm nhìn sâu vào đôi mắt người xưa:

"Bao nhiêu năm trời nay em sống như thế nào?"

"Nhà mình không được ở, phải đi kinh tế mới. Chỉ mấy năm sau ông bà đi về bển luôn!

"Còn em?"

"Trở về phố sống đầu đường xó chợ. Lúc đó ước gì mình không biết chữ!"

"Chi vậy?"

Bà Nam chua chát:

"Đặng làm con trâu con bò!"

Ông Tâm ngậm ngùi:

"Chỉ súc vật mới không biết nhục!"

"Lúc đầu tưởng mình có thể chết được, nhưng bản năng bắt phải thích nghi với cuộc sống mới. Riết rồi quen đi!"

"Thời buổi con người sống theo bản năng."

"Ai sao mình vậy. Cả nước chớ đâu riêng mình. Nước chảy lục bình trôi mà."

Ông Tâm nhìn người thanh niên:

"Những năm '78, '79 thằng cháu nầy có ăn bo bo hôn?"

"Con không nhớ."

Bà Nam tiếp lời:

"Sao khỏi được. Năm đầu còn chút sữa bò. Sau đó nước cơm đường tán không có mà uống!"

"Nhưng mà trông ngon lành hén!"

"Tại nó giống anh!"

"Anh mà ngon lành gì?"

"Tại bây giờ già, chớ hồi đó..."

Ông Tâm cười:

"Em nói già không sợ anh buồn sao?"

"Xin đính chánh: Lớn tuổi chớ hổng phải già!"

Ông Tâm lại hỏi anh con trai:

"Cháu có gia đình?"

"Dạ chưa."

Ông già la lên:

"Uổng vậy!"

Bà Nam ngạc nhiên:

"Uổng gì?"

Ông Tâm cười thoải mái:

"Ngon lành vậy mà độc thân!"

"Độc thân nhưng đào kép cả lố! Đã bảo nó giống anh mà!"

Rồi bà nhắc lại:

"Lê Thành Tâm. Anh mà thành tâm cái gì!?"

"Anh chỉ là nạn nhơn thời cuộc!"

Chuyện cũ nằm sâu trong ký ức nhắc lại thành mới:

"Những ngày cuối em kiếm anh khắp mọi nơi."

Ông Tâm phân trần:

"Anh bị bắn rớt ở Phan Rang."

Bà thắc mắc:

"Sao lại Phan Rang?"

"Cả Sư đoàn di tản về đó."

Bà Nam xúc động:

"Rồi anh có thoát về được hôn?"

"Bị bắt luôn."

"Gia đình em cũng theo đoàn người di tản. Những ngày đó không còn hồn vía gì nữa mà cứ đi một đoạn đường là một nhớ anh, thấy phi cơ nghe tiếng máy bay là nhớ anh. Nhiều lúc em nghĩ dại hay là anh chết rồi!"

"Nói cho cùng nếu chết chắc thoải mái hơn!" Giọng ông Tâm đứt quãng. "Ở tù ra gia đình tan nát. Còn bị quản chế không đi đâu được. Đối với em, anh cũng hơi có mặc cảm!"

"Mặc cảm gì?"

"Cứ nghĩ em đang tập sự thì thế nào cũng có đất dụng võ, có thể vươn lên được trong xã hội mới. Rồi thì yên bề gia thất như mọi người không dính líu tới chế độ cũ. Rồi... bây giờ em sao?"

"Sao là sao?"

"Ý anh hỏi về tình trạng gia đình của em."

Bà Nam cười:

"Anh thắc mắc là em có ở vậy chờ... anh không hả?"

Ông Tâm cũng cười:

"Rồi có bước thêm bước nữa hôn?"

Bà Kỳ Nam tiếc nuối:

"Bước gì mà bước? Phe mình đi cải tạo hết!"

Ông Tâm:

"Thì còn cán bộ."

"Không cùng tần số."

"Thấy cũng có nhiều người lấy cán bộ mà!"

Bà Nam không bằng lòng:

“Không có em trong đó. Khi xưa em không để ý về chánh trị chánh em, cứ nghĩ chánh quyền nào cũng được miễn là lo cho dân. Nhưng có sống lâu với họ mới biết!

“Anh cũng không ngoại lệ. Mình ấu trĩ quá!”

“Có khi nào xui mà hên hôn?”

“Em nói sao? Hên cái gì?”

“Nếu em không ở lại và anh không đi tù thì mình đâu có nhiều kinh nghiệm về họ!”

“Em chỉ có lý một phần.”

“Sao một phần?”

“Không cứ đi tù thì biết nhiều về họ! Em nhìn xung quanh xem những người tỵ nạn!”

“Ý anh nói áo gấm về làng?”

“Đa số đánh mất căn cước tỵ nạn!”

“Thời gian xóa nhòa tất cả mà!”

“Rồi em ở vậy... chờ anh?”

Bà Nam nhìn thẳng vào đôi mắt ông Tâm:

“Không hẳn em chờ anh, em phải nói thiệt lòng mình. Em còn trẻ mà! Nhưng... nhưng không biết nói sao... chán đời quá! Kết quả bây giờ *single mom* không chồng ở vậy mà có một đứa con!”

Bà Nam chỉ anh thanh niên:

“Lúc di tản là em đang có bầu thằng nầy.” Bà Nam rưng rưng nước mắt nhìn con. “Ba mầy đó, Trung!”

“Ba mầy?” Ông Tâm ngạc nhiên.

"Con anh đó: Nguyễn Lê Kỳ Trung. Hai cha con nhìn nhau đi!" Bà Nam đưa mắt sang ông Tâm.

"Sao mẹ nói ba con chết rồi hồi chạy giặc '75?" Anh con trai thắc mắc.

"Thì... tại mẹ tưởng vậy!

Ông Tâm thật sự bối rối. Hèn gì anh chàng có phong cách giống ông hồi trẻ. Nó không đẹp trai nhứt xứ nhưng rất đàn ông. Một lát ông Tâm đưa tay xiết chặt tay anh Trung:

"Ba xin lỗi đã thiếu bổn phận với con! Bây giờ con học hành ra sao?"

"Con học cầm chừng. *Part time* thôi."

"Học *part time* thì chừng nào mới xong?"

Còn ngượng chưa dám gọi ông Tâm bằng ba, anh Trung trả lời trống không:

"Dạ. Tới đâu hay tới đó!"

"Con làm neo mà có đủ thì giờ học hôn?"

"Cũng đủ." Anh ta trả lời nước đôi.

Ông Tâm nhận xét:

"Nhiều đứa sanh viên lúc đầu đi làm neo kiếm tiền học, nhưng kiếm nhiều tiền quá rồi bỏ học luôn."

Bà Nam so sánh:

"Ở đây nhiều cơ hội cho giới trẻ mà tụi nhỏ coi thường."

"Hồi đó bọn mình thi tuyển thấy bà. Không đậu ở đâu mới học luật học văn!"

"Anh nói chi tệ!"

"Em nghĩ lại xem: Văn chương chữ nghĩa, văn hóa văn minh, văn nghệ văn gừng là hồn dân tộc lại hóa ra thứ yếu!"

"Em lấy làm lạ dân mình ở đây không học luật và văn chương!"

Anh Trung xen vào:

"Phải nói tiếng Mỹ như gió."

Bà Nam cãi:

"Đẻ ở đây hoặc qua từ nhỏ không nói như gió là gì?"

"Do quan niệm sống. Tại cực khổ quá nên cha mẹ lúc nào cũng muốn con làm bác sĩ kỹ sư. Chi vậy biết hôn?"

"Tiền bạc! Hưởng thụ!"

"Chung quy là lòng ích kỷ cá nhơn. Ít người nhìn xa hơn. Khôn ngoan thì ngồi trên ngồi trước, ngu ngốc thì làm tôi mọi cho người ta. Có nhiều điều nghịch lý mà vẫn hiện hữu trên thế gian nầy."

Bà Nam chuyển đề tài:

"Để luận án tiến sĩ triết đó qua một bên đi!"

Nhìn kỹ ông Tâm, thật sự bà Nam thấy còn già hơn cha của mình hồi xưa nữa:

"Sao anh không nhuộm tóc lại?"

"Sợ nhiều người thích."

"Thích rồi sao?"

“Mình cầm lòng không được, sanh nhiều chuyện rắc rối!”

“Làm cái nghề nầy tiếp xúc khách hàng nhiều nên sửa sang dung nhan lại một chút.”

“Mai mốt anh sẽ làm theo em nhưng lúc đó em đừng trách.”

“Làm như anh là của em!”

Ông Tâm tửng tửng:

“Không của em thì của ai?”

“Của em mà như chiếc bóng biệt tích mấy mươi năm trời nay!”

Ông già trầm ngâm:

“Tất cả chúng ta đều là nạn nhơn thời cuộc!”

Để chuộc lại lỗi lầm những năm thiếu sót bổn phận, ông đề nghị:

“Mai mốt hai mẹ con dọn về ở với anh đi.”

“Đặng cho bà xã anh cạo đầu em hả?”

“Anh sống độc thân mà!”

“Độc thân tại chỗ?”

“Độc thân thiệt. Cũng *single dad* như em, nhưng mấy đứa nhỏ ra riêng hết rồi đâu có ở chung với anh.”

Ông Tâm triết lý:

“Vợ chồng sống với nhau chừng mười năm kể là quá đủ!

“Vậy biểu em về ở với anh chi?”

“Em nghĩ mình còn sống tới mười năm nữa hôn? Ngay bây giờ đã sắp hàng chờ gọi tên về bển rồi!

“Ờ! Nhưng già rồi kỳ quá!”

“Kỳ gì?”

“Không còn hứng thú nữa!”

“Cần gì! Sống bằng nghĩa với nhau thôi! Ở đây tám mươi người ta vẫn còn kết hôn mà!”

“Sống một mình khỏe khỏi hầu hạ ai, muốn ăn lúc nào ăn, muốn ngủ lúc nào thì ngủ, muốn làm gì thì làm...” Bà Nam ngán ngẩm cho thân phận, thở dài rồi tiếp, “Nhưng nhiều lúc cũng cảm thấy cô đơn!”

“Vợ chồng già sống hủ hỉ với nhau. Con cái đâu đứa nào ở chung nên mình phải lo lắng cho nhau những khi tối lửa tắt đèn. Lâu lâu có hứng thì mình nhờ sư phụ trợ lực!”

“Nói gì đâu không. Không sợ con cái nó cười!”

“Thằng Trung đâu còn con nít nữa em!”

“Anh đã qua ít nữa cũng mấy lửa rồi! Nghĩ cho cùng, chắc anh cũng khó chịu lắm chớ không phải dễ tánh đâu! Bề ngoài thấy vậy mà không phải vậy!

“Dễ mà khó! Khó mà dễ! Em còn nợ anh một chuyện nhớ hôn?

“Chuyện gì?”

“Cơm kiểu Đè Nẽng.”

“Mai mốt em sẽ đãi.”

“Ở đây thỉnh thoảng cũng thấy L.19 bay.”

"Nhớ phi trường hôn?"

"Nhớ phi trường Cù Hanh ít mà nhớ phi đạo người ta thì nhiều. Thôi đi về mau!"

Ông Tâm đưa chìa khóa bảo anh con trai ra trước, cố ý câu giờ đặng hun người yêu một cái. Bà Nam e lệ, ông bảo:

"Ở đây Mỹ không, an toàn lắm!"

Ra ngoài kiếm mãi không thấy xe đâu, nhưng ông Tâm khẳng định:

"Nhớ đậu chỗ nầy mà! Ai dời xe mình?"

Một lát tìm được, ông cười giả lả:

"Chắc bị ma giấu! Mãi nhớ phi đạo người ta nên không còn hồn vía gì nữa cả!"

Bà Nam còn mắc cỡ, "Lại nói bậy nữa rồi!"

3

Mấy đơn vị tác chiến tập trung một nơi mà chỉ vài bước ra đến bãi đậu máy bay. Hễ cất cánh lên thì không thể không nhìn thấy núi Hàm Rồng, đồi Đức Mẹ, và núi Chu Pao, là biểu tượng của cái xứ nắng bụi mưa bùn nầy, và là chỗ dung thân cuối cùng của những anh hùng bạt mạng. Như mọi ngày trong giai đoạn dầu sôi lửa bỏng, tất cả nhơn viên không có phi vụ vẫn phải túc trực tại phòng hành quân.

Phi hành đoàn bay về đi qua cửa sau vào bên

trong câu lạc bộ. Đủ món ăn chơi, muốn gì cũng có: Bi da, bóng bàn, domino, cờ tướng, và... bài bạc. Lỡ hết tiền cũng vẫn được ăn uống đàng hoàng và... ghi sổ! Nếu xe của Phòng Hành quân Chiến cuộc đưa rước thì phi hành đoàn vô cửa trước, nơi ông sếp bắt nhơn viên làm cái cổng phi đoàn trông nổi bật hơn những đơn vị khác, lại màu mè treo thêm câu thiệu, "Hào hoa dưới đất, Hào hùng trên không!

Mặt tiền phi đoàn nhìn ra con đường dẫn xuống cái trũng dài mấy trăm thước, rồi lại leo lên con dốc mới tới khu nhà tiền chế dành cho người độc thân. Sau, không đủ cư xá cho gia đình, nhiều người mang cả vợ con vào ở, nhứt là những ngày gần cuối cuộc chiến. Hai tháng nay anh Tâm không về phép nên bà xã từ Sài Gòn lặn lội đường xa ra thăm.

Ông sếp phi đoàn nổi tiếng uống thuốc liều làm chủ hôn đàng trai đi cưới vợ cho nhơn viên, và nổi tiếng hào hoa nhờ bằng tiến sĩ tâm lý phụ nữ, bèn lấy lòng anh Tâm cho đặc biệt túc trực hành quân đặng ở nhà hú hí với vợ mới ra thăm.

Mấy thằng bạn xúm lại trang hoàng phòng ốc cho đôi uyên ương hưởng tuần trăng mật. Chúng quét dọn từ trong ra tới ngoài, mang đồ hộp chất đầy cả bếp, đặc biệt còn cả gan mang ở đâu về mấy bức hình sexy treo lên tường cho thêm phần... lãng mạn! Trước khi di tản mấy thằng bạn ganh tị:

"Sướng nghe!"

"Cha mầy!"

"Ration C đủ tử thủ một tuần lễ nghe con!"

"Đi chỗ khác chơi đi để ông enjoy."

Chúng nó kéo nhau lên phòng giải trí phi đoàn đàn đúm với mấy thằng độc thân khác. Trước nay anh Tâm không thích cái cách chỉ huy của sếp nhưng bây giờ tràn dâng lòng ngưỡng mộ. Dù vậy, tình trạng tâm lý nầy không kéo dài lâu. Tới chiều, sếp đưa cho thằng bạn bức thơ bảo trao cho anh Tâm, người nổi tiếng đàng hoàng đứng đắn nhứt phi đoàn, không biết ăn chơi mà suốt ngày đêm chỉ vùi đầu vào sách vở.

Khi thằng bạn ôn dịch ngay tình trao bức thơ ra thì bà xã chụp ngay.

Bức thơ viết:

"Anh yêu,

"Lúc nào em cũng nhớ anh. Lên xe nhớ anh. Đi chợ nhớ anh. Nấu cơm nhớ anh. Học bài nhớ anh. Trong giấc ngủ cũng mơ thấy anh. Anh như bóng ma ám ảnh em. À! Mà anh là bóng ma theo em suốt cuộc đời chắc em sẽ mãn nguyện lắm. Giá mà đừng có chiến tranh thì mình sẽ sống hạnh phúc không phải xa nhau vạn dặm như bây giờ.

"Mẹ nói con nhỏ nầy sao như mất hồn. Mẹ đâu biết em bị anh hốt hồn thật rồi. Mẹ không nhớ tâm trạng mẹ hồi ba mẹ yêu nhau sao? Hay là thời đó ông bà 'cha mẹ đặt đâu con ngồi đó' chớ không như tụi mình bây giờ? Hồi đó em cho mẹ là nhứt, bây giờ em phải nói thiệt anh là nhứt của đời em. Nhưng em đâu dám nói với mẹ như vậy! Chỉ có mà khùng mới nói!

"Chỉ nghe tả thôi mà em đã thích cái phi trường

Cù Hanh của anh và cái không khí sanh hoạt ở phi đoàn anh, tập trung những anh chàng trai trẻ rất bình thường rất con người nhưng không sợ chết. Em nhớ núi Hàm Rồng, đồi Đức Mẹ, và cái tiệm Café Dinh Điền ấm cúng và lãng mạn! Tháng sau em lại kiếm cớ vào với anh. Lần nầy em sẽ nấu cơm Đaè Naẽng cho anh!

"Yêu anh muôn đời! Mãi mãi! Muôn đời! Muôn đời mãi mãi mãi mãi muôn đời muôn đời mãi mãi mãi mãi muôn đời...."

Trong khi nguyên đơn nghiến răng từng hồi, gân cổ nổi lên, và mặt mày xanh lét thì tim của phạm nhân đập loạn xạ muốn nhảy ra ngoài lồng ngực.

Nổi trận tam bành, bà chánh án vò bức thơ trong tay run người lên hét:

"Trước nay em tin tưởng... anh!

Phạm nhân bây giờ thành nạn nhân, giả lả:

"Chỉ quen thôi chớ đâu có gì."

"Đâu có gì mà nó viết vầy hả?"

Rồi bà đòi cuốn gói về Sài Gòn ngay. Lại một phen năn nỉ:

"Giờ nầy đâu còn phi cơ. Có về cũng phải ngày mai."

"Ờ thì ngày mai."

Nạn nhân bọc xuôi:

"Mai anh xin máy bay cho em về."

"Đừng hòng em ra đây nữa!" Bà xã lườm.

"Đàn ông xa gia đình đôi khi cũng văn nghệ văn gừng chút chút!" Anh gượng cười.

"Văn nghệ gì anh! Đàn ông tham lam thì có!"

Buổi tối trước khi chăn gối, theo lịnh bà, anh phải viết ngay bức thơ trả lời cho "con nhỏ đó." Biết lỗi mình, anh tuân theo mọi chỉ thị không dám hó hé một lời. Bà ra đề tài là đã có gia đình và con cái, phải viết trong phạm vi không được lạc đề. Và phải kết luận là dứt khoát không liên lạc nữa. Tới nước nầy thì kể cả lên đoạn đầu đài hay ra pháp trường xử bắn cũng phải hứa. Anh viết bức thơ đầy đủ ba phần gồm nhập đề, thân đề, và kết luận như tập làm văn hồi lớp nhứt.

Bức thơ viết như sau:

"Cô Kỳ Nam,

"Tôi rất lấy làm tiếc viết bức thư nầy cho cô, và đây là lần cuối cùng chúng ta liên lạc với nhau.

"Trong một phút yếu lòng, tôi đã không thiệt tình nên xí gạt cô rằng tôi còn độc thân. Thật ra tôi đã có gia đình và hai đứa con: Một trai một gái. Hiện chúng tôi sống rất hạnh phúc và các cháu rất ngoan ngoãn là niềm vui của vợ chồng chúng tôi.

"Vậy xin cô vui lòng đừng liên lạc với tôi nữa. Chúc cô mạnh khỏe, vui vẻ, và sớm tìm được hạnh phúc bên người yêu mới.

"Thân mến."

Bức thơ viết xong bà duyệt lại cẩn thận còn hơn ủy ban văn hóa tư tưởng duyệt báo chí nhà nước nữa. Và khi mọi chuyện được chấp thuận bà cất vào bóp, giành quyền đi gởi. Bà tưởng đã nắm chắc phần cáng, nhưng không ngờ là bức thơ sẽ được gởi tới địa chỉ của một thằng bạn mà người nhận là đứa em gái của nó!

■ nsh -101228 nhuận sắc 231123

Ảnh "Xóm Vắng" by Yên Sơn

mơ nửa vầng trăng

** Thân tặng CCBT*

1

Sau ngày khu phố đổi chủ, công ty mới dời thùng thơ của mỗi tiệm tập trung vào một khu giống như ở mấy chung cư. Mỗi sáng bà chủ tới tiệm trước giờ mở cửa một tiếng đồng hồ. Công việc đầu tiên của bà là đi tới góc plaza lấy thơ. Ngày nào cũng một xấp giấy tờ. Bà chủ vừa đi vừa lẩm bẩm, "Hồi nhỏ đi học tiếc từng trang. Thơ gì ngày nào cũng cả lố. Nếu không bill thì toàn quảng cáo. Chắc ở đây dư giấy lắm mà!" Chợ búa thì khuyến mãi món nầy món kia; bảo hiểm thì dụ đổi qua nó sẽ tiết kiệm được mấy trăm đồng một năm; trường đại học thì nói bây giờ là cơ hội chỉ dành cho người có ăn học chớ không như ngày xưa nữa.

Như mọi năm vào thời gian nầy bà lại nhận cái quảng cáo đó. Tuy có khác chút ít nhưng liếc sơ qua là biết ngay nó từ cùng một cơ sở dịch vụ. Trước nay bà đều vứt tất cả vào thùng tái chế hoặc sọt rác cho tiện bề sổ sách nhưng kỳ nầy thì... như sau nầy bà tự thú "ma đưa lối quỷ dẫn đường" bà cầm tấm quảng cáo đơn giản khổ bưu thiếp lên không xem chữ mà coi hình. “Ông già nầy đẹp lão quá ta, thử thời vận một phen coi tình duyên gia đạo có phần nào triển vọng hôn,” bà nói một mình.

Đã mấy năm nay rồi từ ngày kết thúc chuyện tình buồn, bà không thích ở lại trong vùng gần với người cũ bèn đi xuyên bang lên tới Ngũ Đại hồ mua một cái tiệm nhỏ. Ban ngày bận bịu với thợ thầy khách khứa cũng nguôi ngoai nhưng đêm về vò võ một thân một mình. Căn nhà trống trải vắng lặng không có tiếng người, chỉ nghe tiếng máy sưởi chạy rè rè đơn điệu buồn thảm. “Chưa già sao lại tự làm khổ mình, cần một hình bóng để ôm ấp chăng?”

Phía bên nầy, một người đang nghĩ đến một người; và phía bên kia, một người đang nghĩ tới một người. Mười mấy năm rồi ông chỉ sống với một người bạn khác phái dù ở chung nhà và ngủ chung giường. Quanh năm suốt tháng không một lời ái ngữ, không một cử chỉ yêu đương, và không tất cả. Trái với hiện tại là âm thanh kỳ diệu như một tiếng gọi mời. Ông tưởng tượng một phụ nữ lanh lợi, vui vẻ, và nói năng hoạt bát. Và ông nghĩ mình đang còn mặc quần kaki xanh từ Đường Minh Mạng đạp xe ra Đại lộ Phan Thanh Giản ngập ngừng hồi hộp chờ đón một nữ sanh của một trường trung học trong áo dài trắng giờ tan học về.

“Tôi có phải ký check trước không?” Bà tò mò gọi hỏi.

“Không cần đâu. Tính sau đi. Mai mốt xong, tôi sẽ gởi bill,” đầu dây bên kia trả lời.

“Không sợ tôi xù sao?” Bà cười nhìn hình anh

chàng mặc áo trắng trên ngực trái có *an-sin* một quân trường.

"Chuyện nhỏ mà có đáng gì với chủ tiệm. Hơn nữa, cộng đồng mình có bao nhiêu người đâu!"

Bà nghĩ ông nầy làm *business* mà rộng rãi và cũng tin tưởng ở mình. Lần đầu tiên giao dịch mà không bắt phải trả trước giống như cơ sở làm ăn của người Mỹ.

"Ăn cơm chỉ hay *food to go* thì mới trả tiền trước," ông nói.

Sự giao dịch làm ăn bắt đầu từ cái điện thơ hỏi thông tin về tiệm tùng có kèm theo mấy tờ giấy đố vui để học, khi thì *word scramble* khi thì giải *soduko*... như để thử trí thông minh của bà.

Đặc biệt bà nhớ hoài bức điện thơ:

"Cô Kim Tiếng,

"1. Việc làm:

"- Tôi mới gởi giấy tờ về tiệm ngày hôm nay. Xin cô vui lòng xem hướng dẫn. Nếu có thắc mắc khiếu nại gì thì phản đối, phản kháng, phản hồi, phản bội,... - ủa đâu phải phản bội, và appeal...."

"- Làm chủ là quản lý và control thợ. Đừng để thợ quậy mình quá!

"2. Cá nhơn:

"- Cô có mở cái attachment trong thơ trước ra thử xem hôn?

"- Mai mốt có rảnh trả lời câu hỏi sau.

"- Thấy cô có ăn học và cùng lứa với tôi...

"- Đố cô biết tôi muốn gì?"

Và bà trả lời, "Cám ơn anh Hậu nhiều. Bốn 'phản' của anh đưa ra còn thiếu một nữa là 'Phản động.' Trả lời luôn câu hỏi của anh Hậu không cần suy nghĩ đó là anh muốn nghỉ hưu." Nhắn tin hồi đáp, "Quả thật cô rất thông minh. Vì thông minh nên cô không muốn trả lời thẳng câu hỏi mà trả lời lạc đề. Quen với cô thật đáng đồng tiền bát gạo!"

"Anh Hậu đâu có cho đề đâu mà lạc. Anh Hậu chỉ đố thì người được đố đáp theo ý nghĩ của mình chớ không phải thông minh. Rất cám ơn anh Hậu và sorry cho việc quá ư là bê bối nầy. Anh Còn Nợ Em / Em Còn Nợ Anh. Chắc phải nhờ Gia Huy hoặc Thiên Kim trả lời mới được. Anh Hậu thật là nghệ sĩ. Chúc anh Hậu một ngày Chúa Nhựt đẹp."

Tới một lúc không biết bao lâu sau:

"Anh thân thương nhứt của em!

"Chắc anh nghĩ em khùng nên tự nhiên vô đề ngọt ơi là ngọt.

"Anh, bây giờ là nửa khuya, em viết cho anh với những cảm xúc chân thành, thật chân thành tự lòng em. Đường đời em đi hai đoạn không nên thân như em đã kể cho anh nghe. Em đang bị thương, vết thương trong lòng khó mà chữa khỏi. Anh, em cũng là con người như bao nhiêu người khác với hỉ, nộ, ai, lạc, ái, ố, dục.

"Em đâu phải hai tuổi mà không biết anh muốn gì. Em thật là suy nghĩ nhiều lắm. Ai khiến cho em gặp anh để rồi thương cảm. Rồi đây em sẽ đi xa anh không biết lúc đó em sẽ ra sao. Em lớn rồi em biết thế nào là thương thế nào là yêu. Nhiều lúc em muốn gọi anh yêu ơi, em yêu anh. Em cố nén lại. Em hy vọng anh không đùa với em. 12 giờ hơn rồi em ngủ mai viết tiếp nha anh."

Và rồi tới chuyện không thể cưỡng lại được:

"Anh yêu của em!

"Không làm việc được nên phải viết cho anh mới làm việc được. Anh, đến hôm nay em mới nói ra là em yêu anh mà em không cần biết đúng hay sai. Vì đây là lý lẽ từ con tim của em, em không ngăn được, em cũng không hiểu sao! Nhưng cố gắng duy trì trên mọi phương diện.

"Có mấy lý do em không lên nhà anh, anh biết em không ngại đâu.

"1- tự ái

"2- tự trọng

"3- tổn thương

"Anh rất thông minh, anh suy ra dùm em. Em sợ em bị tổn thương về sau nầy. Em sẽ không đỡ nổi.

"Em ra ngoài làm việc em sẽ viết thêm tối nay.

"Anh take care.

"Em, CCBT"

2

Tối nay bên đó tuyết rơi ngập tới đầu gối," ông bạn nói khi nhìn qua cửa lùa mở ra cái sàn gỗ phía sau nhà. Mảng không gian còn lại từ dãy nhà sau nhuộm màu trắng tuyết.

"Anh phải về," ông vừa nhắp chút cafe vừa sửa soạn hành trang, thực ra cũng chẳng có gì ngoài bộ đồ ngủ và cái áo lạnh. "Mai mốt có dịp anh ghé lại chơi lâu," ông hứa. "Mình bắt tay trái với nhau mà!"

"Anh về hưu rồi đâu có chuyện gì mà về gấp. Vả lại tối nay bão tuyết bên đó!" Ông bạn vẫn nài nỉ.

"Vẫn có nhiều chuyện để làm. Để anh về không sao đâu," ông quả quyết, bởi ông không thể không về tối giao thừa nầy.

"Anh đã quyết định thì em không ép," ông bạn chịu thua. "Thượng lộ bình an, niên trưởng."

Lúc ông lên đường trời còn tương đối sáng.... Tới khi còn khoảng hơn một tiếng đồng hồ nữa mới qua biên giới thì tuyết mới bắt đầu rơi. Đây chỉ mới là trận thứ nhì của mùa đông năm nay. Theo từng cơn gió nhẹ, những bông tuyết nhỏ mong manh tạt vào kiếng xe và bị gạt nước xua tan. Tầm nhìn xa vẫn hơn một dặm. Xa lộ 402 mới hơi ươn ướt. Vậy mà có chiếc xe lọt hố nằm nghiêng đưa bốn bánh chơ vơ ra phía đường. Trên đường về, dự báo thời tiết cho biết ở thành phố nhà tuyết sẽ rơi tới ba tấc từ bốn giờ chiều tới khuya, ngừng ba tiếng đồng hồ lại tiếp tục đến sáng ngày mai.

Vùng Michigan hai năm nay rồi trời ráo hoảnh mãi cho đến ngày Noel tuyết mới rơi. Trận mở màn chiều ngày Lễ Giáng sinh như cho có lệ. Và tối lại chỉ còn lóm đóm tuyết trắng trên cành lá và nóc nhà thờ. "Nếu không có tuyết sao gọi là Noel!" Ông nghĩ. Các nhà khoa học nói trái đất đang nóng dần và đồng thời thay đổi cũng như hoán đổi rất nhiều. Có vùng nóng quanh năm tự nhiên tuyết rơi một cách lạ lùng đến nỗi công nhơn và viên chức nhà nước được nghỉ làm và chánh quyền bó tay vì chưa hề chuẩn bị một biến cố như vậy.

Ngày cuối năm dương lịch tuyết phủ đầy. Thậm chí ngoài đại lộ chánh người ta khó phân biệt được lối vào những con đường nhỏ. Khi ông về đến nơi thì tuyết đã lên tới ít nhứt cũng hơn một tấc đúng như dự báo thời tiết. Nhà cửa cây cối đường sá đều chìm trong tuyết. Ông ủi đại xe vào chỗ trống ở bãi đậu, bấy giờ không còn hàng lối gì nữa. Trước mặt tiền văn phòng có mái che cũng ngập đầy tuyết không có lối đi vì người ta chưa kịp cào.

Y theo lời dặn, ông ghé văn phòng lấy thẻ. Một khối thịt khổng lồ ước chừng hơn một trăm ký được đặt trong ghế bành lún sâu muốn gãy. Cái đầu liền với mình như không có cổ, cô thơ ký trông còn rất trẻ với đôi mắt và cái miệng nhỏ xíu. Tuy nhiên cô tiếp khách rất lịch sự.

"Phu nhơn còn dặn tôi hỏi ông xem có cần gì thêm thì báo cho chúng tôi biết."

"Nếu cần tôi sẽ báo cho cô." Ông trả lời cho qua chuyện.

Khi quay lưng đi vào tới hành lang, ông đáp lại lời chúc "Happy New Year" của cô thơ ký.

Ông từng nói chuyện và dặn lấy phòng ở từng trệt, bà hỏi tại sao vậy? "Nếu có hỏa hoạn em thoát hiểm dễ dàng hơn." Thường thì hầu hết những người ngủ ở khách sạn ít ai biết lối thoát hiểm ở chỗ nào. Tới khi có chuyện thì hốt hoảng và đa phần bị thương vong. "Lúc nào anh cũng thủ một sợi dây dài mười feet. Đi một mình thì tối đa ở lầu hai có gì anh tuột cây cột, hoặc nếu không có thì anh đu dây xuống cũng được. Còn đàn và con nít làm sao? Bây giờ thử trắc nghiệm, như em đã có bằng quản lý khách sạn, em biết exit chỗ nào hôn?" "Không. Em đâu có để ý." Như là nhơn viên cứu hỏa chuyên nghiệp, ông giải thích, "Việc đầu tiên xem bình chữa lửa và lối exit ở hành lang. Kế đó xem trong phòng có lối thoát thứ nhì không hay chỉ cái cửa chánh. Nếu không mình phải chuẩn bị cái gì đó để đập cửa kiếng một khi hữu sự."

Ông hồi hộp mở cửa phòng. Những tưởng nàng nhảy ra ôm mình, nhưng trên chiếc giường đôi trải *drap* trắng, mền gối gọn gàng tươm tất gợi hứng một cuộc mây mưa. Trong nhắn tin ông viết, "Trẫm muốn ngự khanh tối nay để tổng kết tình hình thế gian cuối năm. Ái khanh đã sẵn sàng chưa?" "Tiện thiếp hân hạnh chờ diện kiến long nhan," bà trả lời, lại tiếp, "Bệ hạ có cần thuốc bổ hôn?" Nhiều khi ngôn ngữ trao đổi qua lại của họ như con nít mới lớn, "Muốn cắn một cái."

Có lần ông gởi điện thơ, "Khát sữa quá muốn bú một chút, muốn ăn sò!" "Gặp nhau lần tới em sẽ cho bú." Ông thường nghĩ đàn bà là mẹ đàn ông vì đàn bà đẻ ra đàn ông. Còn đàn ông chỉ có thể là cha đàn bà chớ không thể đẻ ra đàn bà được. Còn vợ vừa là bạn vừa là tình nhơn vừa là con ở, và quan trọng nhứt vừa là mẹ của mình. Bà ấy lo cho chồng từng miếng ăn giấc ngủ, sai làm cái nầy bảo làm cái kia, rồi thỉnh thoảng còn cho bú như con nữa.

Bên cạnh sát cửa sổ là cái bàn nhỏ trải khăn lam mà bên trên bày biện bữa ăn thật đơn giản. Bà dọn theo kiểu cơm tây có khăn và dao muỗng nĩa. Ngoài chai rượu vang đỏ, lại có hai cây đèn cầy cùng màu bình hoa nhỏ. Không như thời hiện đại, tình nhân gặp nhau là bụp liền trước khi nói chuyện nầy kia, ý bà muốn hai người sống một đêm tình nhơn thật lãng mạn như trong tiểu thuyết và phim ảnh cổ điển. Hai cái ghế sắp hàng ngang nhìn ra cửa sổ đầy những bông tuyết trắng ngần nhưng cũng đủ nhìn thấy hàng cây bên ngoài trĩu nặng bông tuyết lả tả rơi từng đợt theo cơn gió lay.

Phía dưới là con suối nhỏ. Dân địa phương đặt tên Suối Con Gấu mà mùa mưa nước sẽ đổ vào con Sông Clinton bắt nguồn từ vùng tây bắc Quận Oakland chảy vào lưu vực Hồ Saint Clair thuộc quận cùng tên. Từ đây ra tới chỗ giáp con Sông cái Clinton cũng khá xa nên vào mùa khô người ta có thể đi bộ băng qua được. Dọc theo hai bên con suối là cây cao đủ loại, nhìn trên bản đồ thấy như con rắn xanh chạy ngoằn ngoèo ra tới cửa sông. Trên bờ đá phía dưới gầm chỗ con đường băng qua con suối nầy, có lần hai người ngồi mơ một viễn ảnh căn nhà nhỏ trong American House có hai quả tim vàng như hồi còn trẻ.

Nhìn trở vô nhà ông nghĩ nên tắm rửa gột bụi đất miền xa như mỗi lần đi hành quân về từ nhiều năm trước. Ông thay bộ đồ lịch sự dự tiệc cuối năm, bộ đồ bà chọn màu và đích thân đi mua vải rồi đặt may tặng ông ngày sanh nhựt. Khi bà trở lại trong bộ đồ vết tông cổ choàng khăn voile mang mùi hoa thoang thoảng, thậm chí ông không biết mùi hoa gì, hai người ôm nhau một lúc như lâu lắm mới gặp.

"Anh đợi em lâu hôn?" Bà hỏi cho có.

"Lâu lắm rồi."

"Dóc tổ. Em hỏi cô thơ ký rồi: mới năm mười phút. Em phải xí gạt tụi nhỏ là em đi dự tất niên."

"Thì không phải tiệc tất niên là gì?" Ông giả lả. "Mà tiệc tất niên nầy chỉ riêng hai đứa mình thôi." Ông lại nói như làm thơ, "Anh đã đợi em từ muôn kiếp mà."

"Xạo sự! Mới tuần trước đây mà. Nhưng em cũng thấy nhớ anh."

"Một ngày không gặp như thiên thu."

"Anh biết em đang cầu nguyện gì không?" Bà Tiếng hỏi.

"Cho cuộc tình trọn vẹn." Ông đáp ngay.

"Không. Em chỉ mong một nửa vầng trăng thôi, còn một nửa kia dành để cho người!"

Lần trước hai người gặp nhau, bà ngậm ngùi tâm sự về dĩ vãng đau thương của mình. Lúc cha tử trận trong biến loạn Bình Xuyên thì nhà chỉ có hai chị em: Con Yến mười tuổi, còn bà thì mười lăm mùa xuân hơ hớ. Bà không nhớ rõ thời gian nhưng chẳng bao lâu sau người mẹ bước thêm bước nữa, lại đem người đàn ông đó về ở chung. "Lúc ấy má em còn trẻ mà," ông Hậu thắc mắc nhưng bà giải thích, "Em không trách má em chuyện đó. Lúc ấy em mới mười sáu. Ông cha dượng nầy... sau vụ đó hai chị em về ở với Bác Hai."

Sau nầy lớn lên chút nữa bà mới biết mẹ là khách hàng quen thuộc của khu Đại Thế giới. Sau khi cha qua đời, tất cả tài sản chung của hai vợ chồng được bà mẹ bỏ vào góp vốn cho công ty giải trí ngày càng phát triển đến nỗi nợ nần tứ giăng. Người đàn ông bà gặp trong chốn giang hồ nầy là vị cứu tinh gian ác tới đúng lúc. Không biết hắn rù rì rủ rỉ về xả xui thế nào chẳng biết mà mẹ cô trở thành kẻ đồng lõa với tội ác. "Khi tỉnh dậy đau đớn rã rời khắp châu thân chỉ có muốn chết!" Bà rưng rưng nước mắt.

"Em hận má em suốt đời." Khi giặc tràn vào năm 1975, bà đi di tản khỏi nước với gia đình Bác Hai. "Em chưa thề nhưng nguyện trong lòng mãi mãi không bao giờ gặp lại." Ông nói, "Nhưng em có về thăm má em mà." Đó là lần đầu tiên bà trở về quê hương sau bao nhiêu năm trời xa cách. "Khi má em bịnh nặng gần chết em có về." Bà mẹ đã ngồi xe lăn trông tiều tụy, mặt mày ốm giơ xương khiến bà đâu nỡ nhẫn tâm. Bà ân hận cho dù người mẹ quá đáng và bất lương nhưng đã banh da xẻ thịt đẻ bà ra nuôi gần tới tuổi trưởng thành rồi. "Em nói với má rằng em tha thứ cho má. Và má cứ yên tâm ra đi. Má em nắm tay em và khóc mà nói xin lỗi. Má có nỗi khổ tâm riêng."

Bên ngoài, cơn bão tuyết đã tới. Gió tạt từng cơn vào khung cửa kiếng khóa kín hai người vào trong cơn mê tình ái muộn màng. Thỉnh thoảng người ta nghe ở những nơi khác như Texas, Louisiana, Alabama, và những tiểu bang miền trung và vùng đông bắc có những cơn trốt, bão tuyết, và sóng thần gây tác hại không biết bao nhiêu là nhơn mạng, tài sản, và mùa màng. Nhưng Michigan nầy coi vậy mà hiền. Mấy mươi năm nay chưa có một thiên tai nào trầm trọng, người ta nói đó là do khí hậu hiền hòa của vùng Ngũ Đại hồ. Chỉ kẹt một điều là mùa đông hơi dài và lạnh buốt tim gan. Nhưng làm sao mà lạnh bằng được so với tiểu bang của Bà Thống đốc Paulin, ứng cử viên phó tổng thống năm nào với ông Nghị sĩ McCain.

"Thấy tuyết rơi nhiều quá em lo cho anh."

"Em lo gì?"

"Sợ anh về không kịp và bị tai nạn dọc đường."

"Sợ anh chết hả?"

"Dạ. Nếu anh chết thì em ở vá thêm lần nữa."

"Nhưng mà anh chưa chết đâu em."

"Nghĩ dại, rủi anh chết tại nhà em!"

"Lúc đó anh đâu còn biết gì nữa."

"Nhưng kẹt là kẹt cho em."

“Lúc ấy chắc tội nghiệp em lắm!”

Ông nhìn bà nhưng bà nhìn mâm cơm, “Thôi mình dùng dinner đi anh.” Bà nắm tay ông dắt lại bàn, “Bữa tất niên nầy đơn giản nhưng rất formal.”

“Em thật chu đáo,” ông khen bà. “Chuyện nầy đúng chỉ số quản lý khách sạn của em đây.”

“Ăn cá tốt hơn thịt,” bà nói. “Tụi nhỏ lớn lên ở đây thích cá nầy hơn loại cá có xương.”

“Đặc biệt loại cá nầy đi đâu thì đi cũng phải trở về nơi chôn nhau cắt rún mà đẻ. Tưởng Năng Tiến viết bài về con cá hồi nầy hay lắm.” Ông ám chỉ cái đám quên căn cước tỵ nạn chánh trị.

“Nhiều khi bất khả kháng.” Bà rất thông minh tức thì nắm bắt ý nghĩ của ông.

“Dĩ nhiên, mình thông cảm trường hợp bất khả kháng.”

“Cha chết mẹ bịnh chẳng hạn.”

“Anh quen ông nầy?”

“Biết chớ không quen.”

“Biết là sao? Quen là sao?”

“Khác nhau. Anh chỉ biết ổng hồi còn làm báo và liên lạc qua emails chớ chưa gặp.”

“Nghe nói hồi trước ổng có tham gia Mặt trận?”

“Đúng rồi. Đi cả chiến khu Thái Lan nữa. Ổng có tường trình công tác nầy. Ăn uống và sống ở chiến khu khổ sở thiếu thốn như tù.”

“Ngược lại, ở đây tụi nhỏ ăn tràn họng nên cái gì cũng chê.”

“Phải. Bịnh hoạn thường do ăn uống mà ra.”

“Cẩn thận thì đỡ bịnh.”

“Nhờ vậy mà anh giữ được thân hình một trăm hai mươi pounds.”

“Còn em gần một trăm rưỡi.” Bà phân bì.

“Nặng quá làm sao anh ẵm em vô giường được!”

“Dạ.”

“Dạ là sao?”

“Phải diet chớ để như cô thơ ký thì bó tay luôn!”

“Người Á đông mình cái gì cũng mỡ dầu, nhứt là ba tàu. Tẩy chay ba tàu đi.” Ông gài qua chuyện khác.

“Đồng ý tẩy chay.”

“Nó chiếm nước mình và đuổi mình từ Động Đình hồ xuống Quảng Đông Quảng Tây rồi xuống tới dưới nầy. Tới bây giờ là đầu thế kỷ 21 rồi mà vẫn không từ bỏ mộng bá quyền.”

“Nó không bỏ đâu. Kẻ thù truyền kiếp của dân tộc mình mà. Kỳ trước về bển em thấy ngoại quốc toàn là ba tàu. Bây giờ chắc xong game rồi!”

Ông Hậu quay sang nhìn thẳng vào cửa sổ tâm hồn bà lúc nào trông cũng ươn ướt, thầy tướng số nói mắt lệ. Người có đôi mắt nầy cuộc đời ba chìm bảy nổi chín long đong. Có thể không tin nhưng cuộc đời của bà Tiếng ứng như thiệt. Ông luồn tay ôm hông bà xiết mạnh một cái:

"Em yêu, em mới đúng là hồng nhan tri kỷ của anh."

Trong đời, ông cũng có gặp nhiều mỹ nhơn nhưng cái nhan sắc chỉ bắt mắt người ta những giây phút ban đầu mà thôi; qua vài lần thì tự nhiên nghe thấy không cùng tần số. Có thể nói ngôn ngữ thể hiện bản chất và trình độ văn minh của con người. "Phải *'tửu phùng tri kỷ thiên bôi thiểu,'* cái gì... *'bất đồng tâm bán cú đa'* hôn? *'Thoại bất đồng tâm bán cú đa.'*"

Người ta cần đào đẹp để đi chơi đi nhảy đầm... nhưng vợ chỉ cần trung bình thôi, và nhứt là công dung ngôn hạnh. Ông Hậu nói như thế chưa đủ nên sau nầy ông thêm vô bốn chữ đó một chữ "học" nữa. Dốt nát quá cũng không được. Cho nên ông đồng ý môn đăng hộ đối, về cả hai lãnh vực: tinh thần cũng như vật chất. Lối sống của một người giàu và một kẻ nghèo quá; một người có ăn học và một kẻ dốt nát quá đâu có thích hợp nhau và do đó họ không ở đời với nhau được. Đời nay những đứa mới lớn bác bỏ chuyện nầy nhưng đó là những đứa ly dị sớm hơn ai hết.

Dùng bữa xong, bà cười đưa cho ông một viên thuốc màu xanh, "Thuốc bổ nè anh."

Ông lấy và cũng cười theo, "Chắc anh đâu cần."

"Thiệt hổng cần hôn?"

"Mai mốt em mua cho anh nón mới," ông vừa cười vừa uống viên thuốc. "Đừng mua giày mới nữa nha!"

Lúc đầu người ta kể câu chuyện vui nón mới giày

mới để chỉ người khoe của nhưng dần dần thì ám chỉ chuyện khác.

"Nói sàm chơi vậy thôi. Ở tuổi mình không biết nón mới thì có work hôn?" Ông phân vân.

"Còn nước còn tát mà!"

"Hồi còn trẻ, lúc chưa tới ba mươi, anh thắc mắc nên có hỏi một ông già ở gần nhà trong cư xá tuổi nào mới hết, ổng nói không hết đâu. Chừng nào còn ăn còn uống thì còn."

"Thấy báo nói một ông già thợ mộc bên Ấn Độ chín mươi mấy tuổi vẫn còn có con mà."

"Ăn thua người nữ thôi. Hễ còn *period* là còn có con được."

"Nhưng em hết rồi từ hồi năm mươi hai lận."

"Vậy đừng lo có chửa hoang."

"Anh nói sàm không."

Sau khi giao hợp, ông sờ sờ chỗ mấy vết mổ chằng chịt trên bụng bà, chắc có lẽ bà hơi ngại nên phân bua, "Em đẻ hai đứa đều mổ hết. Nhưng không biết tại sao bác sĩ ở đây mà họ lại làm tệ dữ quá."

"Nhưng nó ở bên trong có gì mà em lo. Lúc lớn tuổi ai cũng da nhăn, má cóp, ngực đâu còn căng, và chim chóc..."

"Tính nói bậy nữa phải hôn?" Bà bụm miệng ông lại.

Ông vén mảng tóc rối hoa râm che nửa khuôn mặt bà:

“Hiện thực chớ đâu có gì bậy. Tất cả những cái đó là thực tế chớ đâu có gì quan trọng, em.”

“Vậy cái gì mới quan trọng?

“Tư cách và đối xử. Sự sỗ sàng khiến vợ chồng chán nhau. Thật sự em biết tình yêu là gì hôn? Xưa nay hầu như ai cũng nói tới tình yêu nhứt là các nhà thơ nhà văn nhạc sĩ, nhưng thật sự nó là gì em biết hôn? Nầy, câu test trí thông minh của em: Tại sao em yêu anh?”

“Dà, tại anh thật thà và dễ thương.”

“Dễ thương thì có thể, nhưng chắc anh thật thà hôn?”

“À há. Em không biết giải thích nhưng sau thời gian giao du linh tính em nghĩ như vậy.”

“Tình yêu trước tiên là ngoại hình từ tương xứng với mình trở lên.”

“Giải thích thêm đi.”

“Đẹp cỡ mình hay hơn mình. Em có nghĩ ít nhứt anh đẹp lão cỡ em hôn?”

“Đúng. Chắc hồi xưa đẹp bà cố luôn há.”

“Em có thể nói cho anh biết cao điểm của tình yêu là gì hôn?” Ông nói như thể là giáo sư triết.

“Dà, sao em không biết ta. Là gì, anh?”

“Khoảng giữa dài dòng lắm bây giờ không đề cập tới. Cao điểm của tình yêu nói theo văn chương là ái ân hay chăn gối; theo y khoa là giao hợp; theo bình dân giáo dục là lên giường. Hai người giao nhau, của người nam vào trong người nữ. Tuy hai mà một. Khi người nầy muốn người kia - bất kể nam hay nữ, em có chắc không nghĩ chuyện lên giường với người đó hôn?" Điều nầy giải thích tại sao nhiều người vẫn chờ ý trung nhơn trong một thời gian rất dài do một hình ảnh ấn tượng nhứt trong đời hằn sâu trong ký ức. Theo thời gian, nếu không có gì với nhau như yêu hàm thụ với những cuộc tình suông, nói chuyện trời trăng mây nước rồi thôi, người ta sẽ dễ quên vì bận rộn của cuộc sống, thậm chí sau vài mươi năm quên mất tên người tình. "Tình yêu mà không có chuyện nầy thì chẳng có gì để quyến luyến nhau."

"Qua hai cuộc tình bây giờ em mới được tận hưởng thú ái ân."

"Sự đam mê và phẩm chất trong chăn gối cũng quan trọng không kém."

"Em học tới cử nhơn sao không biết chuyện nầy ta!"

"Cử nhơn của em là cử nhơn *business* chớ đâu phải cử nhơn nhơn văn. Từ chỗ đó, khi yêu, ai cũng muốn chiếm đoạt làm của riêng mình, không muốn chia xẻ với ai hết. Đó là ghen tuông," ông say mê như giáo sư tâm lý.

"Như ba thằng Khánh. Chịu hổng nổi."

"Chính cái ghen tuông không đúng chỗ mà hỏng việc. Càng ghen càng đẩy người kia xa mình. Đa số phụ nữ đều mắc phải bịnh nầy."

"Ớt nào mà ớt chẳng cay, anh?" Bà choàng qua hun ông, "Lần đầu tiên trong đời em mới biết hạnh phúc gối chăn."

"Em nói thiệt? Nhưng nghĩ mình không còn trẻ như xưa nữa."

"Qua mấy lần dang dở, em chưa bao giờ đạt như bữa nay..."

"Chuyện nầy coi vậy mà phải học. Bản năng không chưa đủ. Nhiều người sống tới già có con cháu đầy đàn đầy đống vẫn chưa biết rõ. Xã hội văn minh thật buồn cười."

"Sao buồn cười?"

"Lớp Society and Modern Family tác giả nó dạy từng sợi tơ kẻ tóc."

"Dạy gì, anh?"

"Chuyện gối chăn."

"Kỳ vậy?"

"Mới đầu anh cũng thấy kỳ. Cứ tưởng chỉ trong web sex người ta mới nói tới chuyện đó."

"Hóa ra xã hội nầy người ta coi là chuyện bình thường."

"Bên mình là chuyện cấm kỵ."

"Nên mới có rất nhiều ca con nít - nói con nít thì quá đáng, con gái vị thành niên - chửa hoang và phá thai. Và cũng vì vậy mới xảy ra thương vong không ít vì không biết tự bảo vệ mình. Ở đây, lớp năm là nhà trường dạy rồi."

"Nhưng đâu phải dạy giao hợp."

"Dĩ nhiên rồi, em. Người ta dạy những gì cần biết về giới tính và tiến trình thụ thai, phải dùng chữ tiến trình hôn?"

"Anh rành chuyện nầy quá. Hồi đó nhiều đào hôn, chắc nhiều lắm hả?"

"Chỉ chút ít để tô điểm cuộc đời lãng mạn."

"Anh chàng của em bay bướm quá!"

3

Trước sau bà chỉ có hai đứa mà bọn chúng đã trưởng thành hết rồi. Cô gái Lan làm tiếp viên hàng không đã ly dị có một đứa con mà sống thiếu trước hụt sau. Người anh của cô nếu mọi chuyện suôn sẻ bây giờ làm cha nhà thờ coi một xứ đạo nào đó ở Huê Kỳ. Anh sống cuộc đời và xử thế như ông cụ non. Tự nhiên anh mua vé máy bay bắt buộc bà về chơi, nhắn tin nói như thiệt, "Con nhớ mẹ và muốn mẹ về chơi với con vài ngày."

Tiếng Anh bà không thua nó, bằng cấp đại học bà bằng nó, bà nuôi nó ăn học cho tới khi ra trường, nhưng chính bà cũng không biết tại sao bà phải nghe lời nó. Có phải nó đạo mạo và chững chạc như cha nhà thờ không?

Đã hơn ba mươi tuổi rồi, bây giờ nó mới chịu lấy vợ:

"Đám cưới của con, con không mời ba. Con để tên ba trong thiệp là may cho ổng lắm rồi."

"Sao không mời ba con?"

"Lúc chia tay, mẹ đùm bọc hai anh em con. Ba không ngó ngàng gì tới. Và như con đã nói với mẹ nhiều lần vì thương mẹ mà con không nhìn ba con."

"Như vậy cũng đâu có đúng, con. Ba chỉ không phải với mẹ nhưng vẫn là cha của con mà."

"Có thể không đúng nhưng con nghĩ như vậy là sòng phẳng. Từ đó tới giờ ba đâu ngó ngàng gì tới tụi con."

"Tại con không nhìn ba chớ đâu phải ba từ con."

"Tụi con làm đám cưới bên nầy trước. Chỉ chính mình mẹ làm chủ hôn mà con không muốn ai khác." Khánh để tùy bà mẹ quyết định.

"Nếu mẹ không đồng ý thì sao?" Bà giả vờ.

"Con nghĩ mẹ chỉ thử con thôi. Không lẽ mẹ không thương con?"

"Dĩ nhiên mẹ đồng ý rồi." Bà không đồng ý cũng không được. Ở Mỹ mà. Người ta nói, "Con cái đặt đâu cha mẹ ngồi đó" chớ không phải như hồi xưa, trái lại.

Khánh nói như ra lịnh, "Mẹ mời bạn bè và chiến hữu của mẹ; con mời của con; và con Lan mời của nó." Nhìn bà nó lại tiếp, "Để con lấy *vacation* thì mẹ đi Thái Lan với con một tuần."

"Đi Thái Lan chi con?" Bà chưng hửng.

"Ra mắt họ nhà gái."

"Thái Lan?"

"Dạ."

Trước nay trong những tiệc tùng cộng đồng bà đã cố tình nhờ nó giúp chuyện nầy chuyện kia - nhiều khi chẳng cần thiết, và bà giao du qua lại với người mình là ý bà muốn đám con coi có đứa nào hợp nhãn đặng cho tụi nó lấy nhau. Vậy mà cuối cùng nó không chấm nơi nào hết. Dĩ nhiên, nói rành tiếng Mỹ thì tây tà gì bà cũng không ngán nhưng có điều rồi mai mốt sẽ ra sao. Con cái chỉ còn biết nói mà không biết viết - mà theo cái đà nầy chưa chắc đã biết nói. Thế hệ thứ ba chúng nó không biết gì về đất nước. Mất gốc rồi chăng? Nói chuyện với cháu nội cháu ngoại bằng ngoại ngữ?

Hóa ra con dâu mới của bà là người Thái. Khánh mới tiết lộ vợ anh làm cùng sở, quen nhau tìm hiểu mấy năm rồi.

"Trong sở không có con gái Việt Nam sao con?"

"Dạ không," nó ngập ngừng. "Mẹ có ý kiến gì hôn?"

"Nếu mẹ không đi thì có được hôn?"

Nó như cộng sản làm bộ hỏi ý kiến sau khi mọi chuyện đã rồi.

"Chẳng lẽ mẹ không thương con?" Nó nhìn bà nài nỉ.

"Thương con nhưng nếu mẹ không muốn con lấy người ngoại quốc thì sao?" Bà nhìn khuôn mặt y hệt của cha nó, đẹp trai và ăn nói dịu dàng.

Thời gian đầu lúc di tản qua bên nầy mọi người

hoang mang như đàn gà con mất mẹ. Ở cái không gian gần như hỗn loạn và hoàn toàn xa lạ, họ nhìn thấy một tương lai bất định; hàng ngày lãnh đồ ăn cũng xa lạ và điền những giấy tờ không phải bằng tiếng mẹ đẻ. Từng du học, cha Khánh có đủ vốn liếng tiếng Anh để ra tay nghĩa hiệp. Từ đó là khởi điểm cuộc tình đầu của người con gái mới lớn.

Khánh chẳng trả lời thẳng câu hỏi của bà và nói tiếp nó đi chừng hai tiếng đồng hồ:

"Tối con về ăn cơm với mẹ. Mẹ nhớ làm món ruột của mẹ nha!"

"Món ruột của mẹ là chiên hột gà và nấu mì ăn liền mà." Bà cười gượng trả lời.

Bà lớn lên và sống trong nhung lụa hầu như chẳng biết bếp núc là gì. Mọi chuyện lớn nhỏ trong nhà đều có gia nhơn lo hết. Tuy nhiên, qua bên nầy bà phải tự học mà làm lấy. Món độc của bà là canh chua cá kho tộ miền nam mà Khánh rất thích.

Trong bữa ăn, Khánh ngừng một chốc nhìn mẹ, đợi mẹ nhìn lên. Hình như anh cũng thấy hơi khó mở lời, "Con có nghe nhưng không muốn xen vào chuyện tình cảm của mẹ."

"Con nghe chuyện gì?" Bà phân vân không biết thằng con muốn nói chuyện gì nhưng linh cảm một chuyện chẳng lành. Bà giả bộ tỉnh.

"Chuyện mẹ với Bác Hậu."

"Bác Hậu nào?" Bà giả vờ.

"Mẹ còn phải hỏi con?" Khánh nói tỉnh.

Bà không biết phải nói gì, nghĩ có lẽ nó biết, "Ai nói với con chuyện nầy?"

"Con không trách mẹ nhưng bác Hậu đã có gia đình." Anh nhìn bà khẩn khoản.

"Nhưng vợ chồng Bác Hậu sống giống như bạn mười mấy năm nay rồi."

"Làm sao mẹ biết chắc được?"

"Bác Hậu nói." Bà khẳng định.

Chưa bao giờ bà thấy hay bắt gặp ông đi với bà vợ một lần. Ông Hậu thường đi họp hội đoàn và cộng đồng cũng một mình. Thậm chí đi cắm trại cũng với mấy đứa cháu. Lúc đầu bà nghĩ ông độc thân mà mãi sau mới biết thì mọi sự đã rồi.

"Con nghĩ chưa chắc như vậy mà vì Bác Hậu muốn mẹ mà nói như vậy thôi."

Bà suy nghĩ nhiều về câu nói nầy của Khánh, đâm ra nghi ngờ ông Hậu, "Đàn ông hay đèo bồng, ham của lạ, chứng tỏ nam tánh. Có khi nào ổng xí gạt mình hôn? Thấy ổng khôn bà cố luôn!"

"Con không muốn người ta gièm pha mẹ. Con muốn mẹ của con phải ngẩng mặt lên mà đi. Mẹ là mẹ của con mà!"

Câu nói của Khánh như xoái vào tim gan bà. "... mẹ của con phải ngẩng mặt lên mà đi." Bà từng nghĩ yêu bằng tất cả trái tim nhiều khi không màng chuyện đúng sai vì trái tim có những lý lẽ riêng của nó, bà không cưỡng lại được.

"Một là con, hai là bác Hậu. Mẹ có quyền tự do

lựa chọn. "This is my order!" Khánh kết luận bằng câu tiếng Anh, thật hết ý kiến.

"Mất anh rồi chăng? Em sẽ ôm gối chiếc ngủ một mình làm người cô phụ. Đêm giao thừa ấn tượng trong đời em hưởng muộng màng!" Bà mơ màng suy nghĩ như người mất hồn. Ngày mai từ giã chốn nầy về lại cái nôi tình yêu muộn sớm nở tối tàn như hoa phù dung. "Đoạn tuyệt với anh sao? Dũng và Loan vẫn còn gặp nhau vào một tối mùa đông mà!"

4

Về lại Michigan, hoang mang, hụt hẫng, bà trở lại nơi hò hẹn đầu tiên. Dáng vẻ kiêu sa, trang điểm kiêu kỳ, và kiêu hãnh trong bộ vết tông xanh dương kỷ niệm, làm nổi bật chiếc khăn quàng đỏ tím từng làm lóe sáng văn phòng dịch vụ của ông, bà muốn làm cái gì đó để khi xa nhau ông mãi còn giữ ấn tượng đẹp về một hồng nhan tri kỷ. Nhạc chơi bản Chuyện tình -*Love story* của Taylor Swift. Hình như ca khúc nầy làm nhạc nền cho cuốn phim cùng tên.

"Em nhắm mắt lại và dòng hồi tưởng bắt đầu... Hãy đưa em tới nơi nào đó chúng ta có thể ở một mình... Vì vậy, hãy nhắm mắt lại. Thoát khỏi thị trấn nầy..."

"Mình không còn tuổi thiếu niên để làm chuyện rồ dại thời thơ trẻ," bà chán ngán. "Đây có lẽ là lần cuối cùng. Em chưa bao giờ nghĩ tới một ngày mình xa nhau."

"Thật vậy, anh những tưởng tình mình mãi mãi dài lâu."

"Em xin lỗi anh! Chắc em sẽ về dưới ở với nó."

Không ngờ bà quyết định một cách dứt khoát, ông can, "Đâu được. Nhà của mình là nhà của con cái, chớ nhà của nó đâu phải là nhà của mình, em."

"Nhà của em mà," bà giải thích. "Lúc ly dị, em giữ ngôi nhà cho mấy đứa nhỏ ở, và giao cho ổng cái tiệm em làm chủ. Vì tự ái em không đòi *child support*."

"Em là phụ nữ ba đảm đang mà, một mình nuôi dạy hai đứa con nên người." Ông cười.

"Giao tiệm cho ổng, em đi làm cho người ta. Là đàn ông, anh không hiểu hết nỗi nhục nhằn cay đắng của một người đàn bà có vai vế quá date..." Bà bỏ lửng câu nói. Ông hiểu được tâm trạng của một người đứng tuổi còn phải bon chen ở chợ đời với đám tiểu yêu, nhứt là bọn hồ kiều. "... Tụi nhỏ lớn tự quản được em mới đi xuyên bang tìm..., anh biết em đi tìm gì hôn, tìm anh đó!" Bà cười nhìn ông. Ông nắm lấy tay bà và nhìn bà thương cảm.

"Chắc kiếp trước có duyên nợ gì đó mình mới gặp nhau."

Lát sau, ông nói, "Nhưng ở chung với dâu con đâu có tiện."

"Nếu nó không thích thì ra riêng." Bà phản ứng ngay.

"Em ở một mình sao được?"

"Chớ trên nầy anh có ở với em đâu? Cũng một thân một mình. Bởi vậy em chỉ mơ một nửa vầng trăng thôi mà không được!"

Trước đây bà nghĩ không nên sống chung với con cháu nhưng bà không hiểu được đó là trường hợp đủ đôi. "Vợ chồng nó ra riêng, em kêu mẹ con con Lan về ở với em."

"Em tính cũng phải. Em làm *babysit* thằng cu Bi cho con Lan đi làm cũng qua ngày."

Bà nói con Lan đẻ ở đây nên rất lớn con, hai vợ chồng rất xứng lứa vừa đôi. Lúc chồng đòi cưới, nó cũng nói rõ do nghề nghiệp *hôtesse de l'air* của nó không ở nhà thường xuyên. "Yêu thì sao thằng chồng nó cũng chịu." Thời vợ chồng son nhiều khi lại hay. "Lãng mạn quá đi chớ." Nhưng dần dà đối diện với cuộc sống thực tế nhứt là sau nầy thằng cu Bi ra đời. Anh chồng ở nhà vừa đi làm vừa *babysit* trong khi cô vợ thì chu du khắp thế giới nhiều khi hai ba ngày đêm, lại tiếp xúc với toàn anh hùng mã thượng.

"Lúc mới đầu tưởng anh độc thân, em xây biết bao nhiêu mộng đẹp."

Ông Hậu thở dài và nói thật lòng mình, "Vài người phụ nữ qua đời anh, chính em mới là hồng nhan tri kỷ của anh."

"Em nghĩ lại mình thật nông nỗi! Em hiện là cố vấn của hội..., cố vấn mà không có viễn kiến," bà nói. "Tình yêu làm con người mù quáng. Phải chi em vô danh tiểu tốt thì dễ biết mấy!"

"Phê quá mình đâu còn biết gì phải hôn?" Ông

vẫn lạc quan.

"Anh lúc nào cũng vậy." Bà cười nuối tiếc nhìn ông.

"Nhưng trước khi tới giai đoạn phê mình đã để tình cảm lấn át lý trí."

"Đó là tiếng gọi tình yêu."

"Rủi đổ bể không biết ăn nói làm sao! Nhưng em không ân hận đã yêu anh."

Tối đó sau khi ăn qua loa bà lại ngồi bàn viết. Hàng giờ và hàng giờ trôi qua, "Viết gì đây?" bà nghĩ. "Sao lại bỏ về dưới trong khi tình yêu mới chớm và hạnh phúc tràn đầy?" Lại nghĩ tới nếu một mai chuyện vỡ lỡ, "trời ơi, nếu đổ bể thì sao?!" Đổ bể... đổ bể... hai chữ nghiệt ngã cứ lởn vởn trong đầu khiến bà muốn nghẹn thở; lại nhớ câu thằng con, "Muốn mẹ của con phải ngẩng mặt lên mà đi." Bà dứt khoát ngậm ngùi viết thơ tuyệt giao và xin lỗi, "Cho dù thế nào đi nữa, anh sẽ vẫn mãi mãi là người yêu và là người chồng của em và em cám ơn anh đã cho em những ngày hạnh phúc nhứt đời và biết thế nào là hạnh phúc gối chăn. Em là đàn bà nên em biết tâm lý phụ nữ hơn anh. Họ luôn luôn ích kỷ và nhỏ nhen. Cho dù anh chị như vậy nhưng chắc chắn chị ấy không muốn hình ảnh em luôn ngự trị trong trái tim anh!"

Bất giác bà nhìn ra khoảng không gian vô tận tự nhiên thấy cay mắt, vài giọt lệ lăn dài từ trong khóe. Trời hết trong xanh như mọi khi qua màng sương mỏng. Những sợi khói mong manh bay lơ lửng lên vòm trời cao, quyện về nơi kia có một người bạn tâm giao đang ngồi đếm từng chiếc lá rơi bên thềm vừa đọc điện thơ mà nghĩ về một hồng nhan tri kỷ mới hợp mà đã vội tan. “Chỉ vậy thôi sao?” Căn phố American House ở nơi nào đó hai người về hưu thai nghén trong đầu bấy lâu nay đã trở thành ảo tưởng.

■ nsh-150307 nhuận sắc 231123

Bạt

Đọc tập truyện ngắn của

nhà văn Ngô Sỹ Hân

Lâu lắm tôi mới đọc được một tập truyện vừa ý. Có lẽ càng lớn tuổi sự cảm nhận và óc tưởng tượng không còn được như xưa và một thực tế là lớp văn sĩ thành danh đã lần lượt ra đi để lại khoảng trống cho thế hệ tiếp nối không bù đắp nổi. Người đọc cũng bắt đầu không còn sách để đọc vì lớp trẻ đã dần hòa nhập với xã hội mới, văn hóa mới nên tiếng Việt trở thành thứ yếu. Trong một xã hội sôi động tranh đua, quần quật làm việc để trả nợ áo cơm và tiếng Việt không phải là ngôn ngữ thường dùng thì còn đâu thì giờ suy nghĩ để viết để đọc nữa.

Truyện của Ngô Sỹ Hân mong manh như sợi nắng, nửa vời như nửa vừng trăng. Nhẹ nhàng, thanh thoát, có cũng được không cũng chẳng sao. Ở nơi ông cảm nhận được sự bình dị, thản nhiên, bao dung, không suy tư ray rứt dù cho hoàn cảnh có thế nào chăng nữa cũng vui vẻ sẵn sàng chấp nhận. Có thể thấy bản chất người miền nam nơi ông chân thật, xuề xòa, dễ tính.

Phần lớn chuyện của Ngô Sỹ Hân chỉ có một ít hư cấu, phần nhiều là sự thực xảy ra cho xã hội, cho gia đình ở đời thường nên ta dễ thấy mình trong đó.

Gần gũi và mang rất nhiều kỷ niệm một thời chinh chiến và tù đày, những hệ lụy của cuộc chiến và của kẻ bại trận.

Vũng Tối là một câu chuyện mẫu mực cho xã hội Việt Nam trong cuộc nội chiến đã kềm hãm đà tiến hóa của con người, nhứt là sống trong một vùng quê hẻo lánh xa ánh sáng thị thành. Người đàn bà an phận hy sinh tất cả cho chồng con. Người đàn ông rồi cũng buông xuôi theo số phận chỉ mong con cái học thành tài để lo cho mấy đứa em. Phải chăng đó cũng là ước mơ chung cho tất cả các bậc cha mẹ, nhưng không biết hy vọng của họ có thành như ý không? Tác giả cũng để trống câu trả lời không ray rứt băn khoăn. Tôi nghĩ đây cũng là bản chất an nhiên tự tại của nhà văn.

Tôi cảm động nhứt là chuyện Lòng Biển. Dù thật, dù hư cấu, chuyện đã đem lại cho tôi niềm xúc động lớn lao ở tấm lòng yêu thương như biển cả của cha mẹ với con cháu. Mẩu đối thoại giữa bé Hà và ông nội làm tôi cũng thấy thích thú như đọc chuyện thần tiên. Một đứa trẻ ngây thơ hồn nhiên trong trắng với những câu nói dễ làm cho lòng ta quên hết ưu tư sầu hận. Những đứa trẻ như thế làm sao mà mình không thương mến được dù ba mẹ nó có là gì đi chăng nữa. Tôi cũng như ông đọc xong sợ tan đi cái cảm giác hạnh phúc bất ngờ nầy.

Bà tư Hồng trở về với cái tổ ấm mình định bỏ đi là một quyết định tuyệt vời.

Cám ơn ông nội Ngô Sỹ Hân.

Nhà thơ Nguyễn Đức

♣ ngô sỹ hân

* Đôi dòng tiểu sử:

- Sanh năm 1945 tại xã Long Thượng, quận Cần Giuộc, tỉnh Chợ Lớn và lớn lên tại xã Long Hòa (Rạch Kiến), quận Cần Đước, tỉnh Long An.

- Cựu học sinh các trường: Tiểu học Tân Quý Tây (Bình Chánh, Chợ Lớn), Tiểu học Rạch Kiến; Trung học Cần Đước, Trung học Cần Giuộc (Long An); Trung học Chu Văn An, và Đại học Luật Khoa (Sài Gòn).

- Phong trào Hướng Đạo Việt Nam.

- Làm thơ và viết văn tay trái với các bút hiệu Ngô Minh Châu, Ngô Quang Trung, Đồ Vũ Phu...

- Cựu Phó Chủ tịch Văn Bút Việt Nam Hải Ngoại.

- Hội thơ Tài Tử Việt Nam Hải Ngoại.

- CLB Hùng Sử Việt Michigan.

- Chủ bút Đặc san Tiếng Nói Người Việt Michigan từ 1996 tới 1998.

- Chủ biên Nguyệt san Quê Hương Hải Ngoại, Michigan, từ 1998 đến 2007.

- Hiện sinh hoạt trong Văn bút Nam Hoa Kỳ.

Mục Lục

- Vài dòng Tâm sự 9
- Giới thiệu - Nhà văn Võ Ý 12
- Vũng Tối 18
- Lòng Biển 42
- Cố Hương 68
- Sợi Nắng Mong Manh 90
- Vườn Chim 112
- Hai Phía Mặt Trời 130
- Đất Khách 152
- Mẹ chồng 172
- Tình Thơ Phố Núi 192
- Mơ Nửa Vầng Trăng 214
- Bạt, Nhà thơ Nguyễn Đức 244
- Tiểu sử Tác giả 246

Nhân Ảnh
2023

Liên lạc tác giả
Ngô Sỹ Hân (Syhan Ngo)
2682 Roundtree Dr
Troy MI 48083
ngosyhan@gmail.com
ngosyhan2002@yahoo.com
facebook: han ngo
phone:
(248) 740-0669 h
(248) 558-0089 c

Liên lạc Nhà xuất bản
han.le3359@gmail.com
(408) 722-5626

www.ingramcontent.com/pod-product-compliance
Lightning Source LLC
LaVergne TN
LVHW040424051026
849517LV00002B/451